माझ्या ७५ नवीन कविता

माझ्या ७५ नवीन कविता

(मराठी आणि हिंदी)

लक्ष्मीधर वि. गावपांडे

कॉपीराइट

समर्पण

हे पुस्तक बालपणातील माझे सर्व मित्र, माझे शाळा आणि महाविद्यालयीन मित्र, माझे शिक्षक, आजपर्यंत मी काम केलेल्या विविध कंपन्यांमधील माझे मित्र आणि सहकारी, माझे पालक, माझे कुटुंबातील सर्व सदस्य आणि माझ्या सर्व नातेवाईकांना समर्पित आहे ज्यांनी मला या ७५ नवीन कविता ३८ मराठी व ३७ हिंदी मध्ये विविध विषयांवर लिहिण्यास प्रवृत्त केले आहेत.

मी यापूर्वी लिहिलेल्या कविता सार्वजनिक आणि विविध मंचांमध्ये वाचल्या आहेत. त्यांच्या कौतुकामुळे मला जीवनाच्या विविध पैलूंवर, विविध प्रेरक व प्रेरणादायक पात्रांबद्दल आणि मनुष्यांबद्दल, सैनिक, शेतकरी, पक्षी आणि प्राण्यांवर, विविध सण-उत्सवांबद्दल, चांगल्या बालपणीच्या आठवणींबद्दल आणि आजच्या जगात दिसणाऱ्या विविध सामाजिक आर्थिक समस्यांबद्दल अधिकाधिक कविता लिहिण्यास प्रवृत्त केले.

सामग्री सारांश

अनुक्रमणिका

भाग - १ - मराठी कविता

भाग - २ - हिंदी कविता

प्रस्तावना

या कवितेच्या पुस्तकात मी विविध विषयांवर ७५ नवीन कविता ३८ मराठी व ३७ हिंदी मध्ये लिहिल्या आहेत. मी माझ्या बालपणीच्या आठवणी, माझी निरीक्षणे, माझे अनुभव, माझ्या भावना, माझे विचार आणि विविध विषयांबद्दलची माझी मते आणि समाजात पाहिलेल्या वेगवेगळ्या घटना यांचा या ७५ नवीन मराठी व हिंदी कवितेत समावेश करण्यात आलेला आहे.

तुम्हाला माझ्या या ७५ नवीन ३८ मराठी व ३७ हिंदी कविता वेगवेगळ्या विषयांवर सापडतील ज्यामुळे आपल्याला तारुण्यापासून वयोवृद्धांच्या जीवनातील विविध अनुभवांचे विस्तृत दर्शन मिळेल.

मला खात्री आहे की या ७५ नवीन मराठी व हिंदी कविता तुमच्या हृदयाला स्पर्श करतील आणि बऱ्याचदा आपल्या स्वतःच्या आयुष्यातील अनुभवांशी निगडित आहेत असा भास निर्माण करतील.

पुणे, भारत, २०२३   लक्ष्मीधर वि. गावपांडे

पावती

मी त्या सर्व लोकांना धन्यवाद देतो ज्यांनी मला वेळोवेळी या ७५ नवीन ३८ मराठी व ३७ हिंदी कविता लिहिण्यास प्रोत्साहित केले आणि ज्यामुळे हे माझे ७५ नवीन मराठी व हिंदी कवितांचे पुस्तक जन्माला आले.

मी विशेषत: माझे बालपणीचे सर्व मित्र ज्यांच्याबरोबर मी माझ्या बालपणीचा बराचसा वेळ एकतर शाळेत किंवा वेगवेगळ्या खेळांमध्ये व उत्सवांमध्ये घालवला, मी त्या सर्व लोकांना धन्यवाद देतो आणि मी त्यांचा फार आभारी आहे.

माझ्या बालपणीचे मित्र आणि शिक्षक, माझे मित्र आणि सहकारी, माझे आईवडील, माझे नातेवाईक आणि माझ्या कुटुंबातील सर्व सदस्यांना ज्यांना माझ्यामध्ये कवितांचे काही पैलू दिसले आणि ज्यांनी मला या ७५ नवीन विविध ३८ मराठी व ३७ हिंदी कविता लिहिण्यास प्रोत्साहित केले, मी त्या सर्व लोकांना धन्यवाद देतो. त्या सर्व लोकांचा मी स्वतःहून कृतज्ञ आहे.

लेखक चरित्र

लेखक, लक्ष्मीधर वि. गावपांडे यांनी व्हीएनआयटी नागपूर, सिम्बायोसिस इंस्टिट्यूट ऑफ बिझनेस मॅनेजमेंट, पुणे आणि इंडियन इंस्टिट्यूट ऑफ टेक्नॉलॉजी (आयआयटी) मद्रास येथे अभियांत्रिकी व व्यवस्थापन विषयातील पदवी आणि पदव्युत्तर शिक्षण पूर्ण केले आहे.

त्यांनी अमेरिका आणि ब्रिटन मध्ये सॉफ्टवेअर सल्लागार म्हणून काम केले आहे. त्यांनी आजवर अमेरिका, ब्रिटन , जर्मनी, जपान, सिंगापूर, इस्त्राईल, इटली, दक्षिण कोरिया, नेदरलँड, स्वित्झर्लंड, नॉर्वे आणि फ्रान्स यासारख्या अनेक देशांचा प्रवास केला आहे आणि तेथिल वेगवेगळ्या संस्कृती, लोक आणि त्यांचे वर्तन पाहिले आहे.

त्यांनी राष्ट्रीय आणि आंतरराष्ट्रीय परिषदेत अनेक पेपर्स प्रकाशित केले आहेत आणि त्यांना देश-विदेशातील अनेक शैक्षणिक संस्थांद्वारे विविध विषयांवर बोलण्यासाठी आमंत्रित केले आहे. तसेच विविध परिषदांमध्ये त्यांनी भाषण केले.

लहानपणापासूनच त्यांनी निबंध आणि कवितेंच्या विविध स्पर्धांमध्ये पुरस्कार जिंकले आहेत.

त्यांच्या शैक्षणिक उत्कृष्टतेसाठी त्यांना अनेक प्रतिष्ठित पुरस्कार आणि शिष्यवृत्ती प्राप्त आहेत.

परिचय

कवितेने कित्येक काळापासून मानवाला मोहित केले आहे.

कवितांनी लोकांच्या अनुभवांचे थोड्या शब्दांत सारांश दिले आहे किंवा संदेशांद्वारे लोकांना महत्वाचा संदेश दिला आहे.

मानवांनी आयुष्यात स्वीकारण्याची आवश्यक मूल्येही कविता दर्शवतात.

मी लहानपणापासूनच प्रख्यात कवींनी लिहिलेल्या विविध मराठी व हिंदी कविता वाचल्या आणि त्या मला आवडल्या.

माझ्या शाळा आणि महाविद्यालयीन पुस्तकांमधील कवितांनी मला नेहमी प्रेरणा दिली आणि मला भूतकाळातील, वर्तमानातील किंवा भविष्यातील परिस्थितीबद्दल विचार करण्यास आणि कल्पना करण्यास प्रवृत्त केले.

या पुस्तकात मी मराठी व हिंदी भाषेत माझ्या स्वतःच्या
विचारांवर ७५ नवीन ३८ मराठी व ३७ हिंदी कविता
लिहिल्या आहेत.

मी निसर्ग, शौर्य, भारतीय सण, बालपणातील छंद,
बालपणातील आठवणी, बालपणीच्या शाळा, सैनिक,
शेतकरी, विविध घटना आणि सामाजिक विषय
यासारख्या विविध विषयांवर चर्चा केली आहे.

मी माझी निरीक्षणे, माझे अनुभव व माझ्या आठवणींचा
सारांश देण्यासाठी हे पुस्तक लिहिण्याचा विचार केला
आणि माझ्या कवितांच्या माध्यमातून माझे विचार
माझे मित्र, सहकारी, कुटुंबातील सदस्य आणि
नातेवाईकांसह वाटण्याचा विचार केला.

हे पुस्तक मुख्यतः अशा सामान्य माणसासारखे पाहिले
जावे ज्याने लहानपणापासूनच इतर सामान्य
माणसाप्रमाणेच जीवनातील विविध पैलूंचा अनुभव घेतला
असेल आणि त्याबद्दल स्वतःचे मूल्यांकन आणि निर्णय
घेतले असतील.

भाग १

मराठी कविता

1. लतादीदी एक दैवत

सरस्वतीची जणू ती प्रतिमा होती
आमच्या हृदयात ती नितांत होती

सरस्वतीचे रोज पूजन व्हावे
तिचे मधुर स्वर नित्य कानी पडावे

सरस्वतीच्या विणेतून तारांचे स्वर पडावे
तिच्या कंठातून अमर गोड स्वर निघावे

पवित्रता सरस्वतीची कधी न संपणारी
नम्रता तिची कधी नव्हती विसरणारी

विद्देच्या सामज्र्यावर सरस्वतीचे कायम वर्चस्व असणार
स्वरांच्या तारांगणात तेज तिचे कधी न संपणार

लाखो रसिक प्रेक्षकांच्या मनात कायम स्मरण तिचे राहणार
असंख्य गीतांनी विश्व् केले तिने काबीज सारे सहजपणे अपार

कोकिळेच्या कुंजनाहून मधुर स्वर तिचे
लहान मोठे वृद्ध सारे चाहते होते तिचे

वाहत्या गंगेची पवित्रता जशी अखंड असावी
तिच्या गाण्यांची अजरामरता कायम मनात वसावी

जाई जुई मोगऱ्याची सुवासिकता नित्य असते हवी सर्वांना
तिच्या गाण्यांची ओढ लागते पहाटे ते रात्री पर्यंत साऱ्यांना

अश्या गानसम्रादनीला आमचे कोटी कोटी प्रणाम
लतादीदी नाही आता पण जाणवते तिचे अस्तित्व कायम

केवळ मराठी माणसांचा त्या अभिमान नव्हत्या
सर्व भाषा धर्म याना एकत्र आणणाऱ्या त्या दैवत होत्या

कोण म्हणे लतादिती आमच्या या जगातून निघून गेल्या
पृथ्वी काबीज केल्यानंतर देवांच्या राजदरबारात त्या आता रोज
गाऊ लागल्या

2. गर्वाने बोलतो मराठी

माझ्या मराठीचा मज अभिमान वाटे
तिच्या प्रत्येक शब्दात परिपूर्ण अर्थ दाटे

तिच्या अंगाईत छोटे बाळ झोपे सहज
तिच्या ओवी अभंगात ज्ञान मिळे सहज

तिच्या जात्यावरील बोलीने थकवा होई नाहीसा
घरा घरात पडती कानी बोल मधुर गाणे गाती आई मावसा

तिच्या शृंगार रसात अवतरले सृष्टीचे सौंदर्य
तिच्या बोलीत भरले असे शब्दांचे औदार्य

तिच्या भक्तिरसात मग्न होती भक्तजन
तिच्या शब्दाने देवास करिती सारे नमन

वीर रस तिचा बोलीतून बाहेर पडे
दणाणून जाती सह्याद्रीचे तळपते कडे

पावसाच्या थेंबात साठे बोल मराठीचे
मातीच्या गंधातुन बाहेर पडती बोल तिचे

श्रावणात बरसती मराठीच्या धारा
तिच्या शब्दांचा वाहे ओला चिंब वारा

ग्रीष्म ऋतूत जेव्हा फुटे नवी पालवी
माझ्या मराठीची बोली क्षीण घालवि

कडाडून विजा जेव्हा कोसळती थेम्ब गोड अमृताचे
ज्ञानदेव नामदेव तुकाराम विठूचे शब्द मराठी बोलीचे

पांडुरंगाच्या पालखी यात्रेत ऐकावे मराठीचे गोड बोल
टाळ मृदूंग घेऊन नाचती सारे वारकरी घेऊन ढोल

ज्ञानेश्वरीत साठला विश्वाच्या ज्ञानाचा साठा मराठीत
बोलती शब्द मराठीचे सारे धर्म गरीब असो वा श्रीमंत

महाराष्ट्राच्या मातीत कणाकणात आम्हास मराठी दिसे
दसरा दिवाळी पाडवा अक्षय तृतीया केवळ मराठी शब्द असे

मराठीचा महिमा मराठमोळ्यानी या जगी वर्णावा किती
शब्द मराठी बोल मराठी साऱ्या विश्वात फक्त तिची ख्याती

---

3. आईच श्रेष्ठ

आईची तुलना या मानवाने पृथ्वीतलावर कशाची करावी
जगात दुसरे काहीच श्रेष्ठ नाही हीच आशा मनी बाळगावी

तिच्या निस्वार्थी त्यागाची कोणी काय किंमत सांगावी
प्रत्येक घामाचा थेम्ब अनमोल तिचा त्याची काय महिमा
सांगावी

प्रेम तिचे निस्वार्थी सारे आयुष्यभर असणार
कधी राग तर कधी लोभ आपल्यावर दिसणार

पोटाची भूक केवळ मिटे तिच्या हातच्या अन्नाने
तिच्या अन्नाची चव ध्यानी राहे सदैव तृप्त पोटाने

आपले यश हेच तिचे सर्वस्व अन तेच तिचे उद्दिष्ट
भाग्य आपले बदलण्याचे तिच्यात असे सामर्थ्य अन कष्ट

डोळ्यात आपल्या अश्रू पाहून तिच्या डोळ्यात येति क्षणार्धात
आसवे
आपल्या आजारपणात ती विसरी तहान भूक अन तिचे उपवास
व्हावे

तिच्या समोर कोणाचे धाडस सत्य लपविण्याचे
मनातून बाहेर पडती आपले सारे खरे देखावे घटनांचे

ठेच लागताच प्रथम येई नाव नकळत तिचे तोंडातून
दुःखात अन सुखात दिसे चेहरा तिचा सदैव काळजातून

आपल्यासाठी झिजुन जायी चंदनासारखी आपली आई
एक दिवस घेते निरोप जगाचा पण आठवते क्षणोक्षणी ती आई

आई म्हणजे मूर्तिमंत देवाचा अंश हेच सत्य समजावे
लक्ष्मी पार्वती सरस्वती समजून तिचे नित्य पूजन करावे

4. नमन तुज गणराया

मातीतून साकारल्या पुन्हा गणेशाच्या लहानमोठ्या मूर्ती
जागोजागी दिसताहेत विक्रेते घेऊन सोबत सुबक मूर्ती

हार आणि फुले विकणारे इकडेतिकडे बसलेले
रंगीत गुलाब झेंडू शेवंती विकावयास ठेवलेले

मातीतून मूर्ती साकारणारे मूर्तिकार आनंदी होतील
त्यांच्या मेहनतीचे दोन चार पैसे त्यांना मिळतील

मातीतून बनलेल्या मूर्तींवर साऱ्या भक्तांची श्रद्धा फार
गणपती आहेच विघ्नहर्ता पळवून लावतो सारी संकटे पार

त्याच्या कृपेने किती चांगला पाऊस पडला
शेतकऱ्यांचा पाण्याचा प्रश्न यंदा मिटला

गणेश चतुर्थीला वाजत गाजत गणरायाचे होईल आगमन
ढोल लेझीम घेऊन नाचतील गातील सारे भक्तगण

रोज पडतील पवित्र आरत्या आपल्या कानावर
मोदक व अन्य गोड प्रसाद खायला मिळतील पोटभर

अनंत चतुर्दशील गणरायाचे शेवटी होईल विसर्जन
गणपतीबाप्पा मोरया पुढच्यावर्षी लवकर या म्हणतील लोकजन

गणराया तू आहेस खरा सुखकर्ता अन दुःखहर्ता परमेश्वर
विसर्जन झाले तरीही आहेस तू आम्हा सोबत आयुष्यभर

5. श्रावणाची किमया

ऊन आणि पावसाचा लपंडाव अनोखा
घेत होतो वडाच्या पारंब्यांनी हलका झोका

कधी पावसाच्या हळुवार सरी अंगणात
थोडेसे भिजल्याचे सुख माझ्या अंगात

उन्हाची परती होई वारंवार
सोनेरी चमक किरणांची नयनभर

सोनेरी चाफा अजून उजळून निघे सूर्य किरणांनी
पारिजातकाचा वाऱ्यासह सडा अंगणात दिसे नयनी

आंब्याच्या झाडावरून कोकीळ गायी गान मधुर
भारद्वाजाचे सोनेरी पंख चमकती चाले तो गवतावर

दिसे नयनमोहक इंद्रधनुष्य गोलाकार आभाळी
देवरूपी चित्रकाराची किमया बांधे तोरण संध्याकाळी

अस्ताला जाणाऱ्या सूर्याची किरणे तीव्र सोनेरी झाली
हिरव्या रानातील उंच नारळाची झाडे चमकत राहिली

चमेलीच्या सुगंध पसरे अन अंधार दाटे हळूहळू आसमंती
अंगणातील तुळशीपाशी ठेवत होती माझी आई एक पणती

6. विश्वाचा कर्ता

विश्वाचा कर्ता म्हणती सारे प्रेमाने मजला
हे जन दिवसा करती नकळत बंधिस्त मजला

दिवसा भक्तजन माझे आपल्या कार्यात व्यस्त असती
माझे दागिने जातील चोरून याची त्यांना वाटते धास्ती

सकाळी उठून भक्त माझे भेटी मजला
पूजा आरती करून देती निरोप मजला

सायंकाळी माझ्या निवासाचे दारे उघडती
फुले हार प्रसाद वाढून माझे पोट ते भरती

रात्रीस मी परत बंधिस्त होतो
चोर आले तरीही आशीर्वाद देतो

कधी माझे दागिने घेऊन जाती का बरे ते जन
मी दुःखी न होता माझे भक्तजन जाती गहिवरून

मी विश्वाचा असेल जर खरा कर्ता
तर मला करावे मोकळे तुम्ही आता

माझ्या हृदयाची दारे तुम्हासाठी असती सदैव उघडी
जर केले कर्म चांगले तुम्ही तर मी माझे नयन उघडी

आता विश्वात फिरू द्या माझ्या मर्जीने मुक्त मजला
कोण करते पुण्य अन कोण पाप दिसू द्या मजला

मी भेटेन तुम्हास विविध रूपात माझा आपुला
कधी गरीब भिक्षुक कधी निराधार कधी भुकेला

कधी वृक्ष कधी मुका प्राणी कधी कीटक कधी मानव
हि आहेत माझी विविध रूपे तुम्ही नीट घ्यावी समजून

7. अंतःकरणातील भावना उफाळून आल्या

मनातल्या भावना जेव्हा असह्य झाल्या
शब्दांनी ओठांच्या कळ्या थरथरु लागल्या

अंतःकरणातील ढग जोमाने उफाळू लागले
भावनांच्या सरींचे थेम्ब ओठातून वाहू लागले

जुन्या स्मुतीचें घन जोराने बरसू लागले
नयनी अश्रू ही एकामागून एक वाहू लागले

कोणी घेतला त्या सरींचा आनंद भरभरून
चिंब होऊन अंगावर घेतले स्मृतींचे पांघरून

गळू लागले कुणाचे छत जुन्या स्मृतींचे
अश्रूनीही भरून आले लगेच काळीज त्यांचे

कुठे साठले डबके न विसरणाऱ्या जुन्या स्मृतींचे
दुःख लपविण्या डाव झाले मोठे खोट्या होड्यांचे

कुणाच्या काळजात वीज अचानक चमकून गेली
स्मृतींच्या कडकडाटात देह भान विसरून गेली

अंतःकरणातील पटलावर स्मृतींचा चित्रपट दिसला
काही गीते गोड होती काही गीते रडवीत होती मजला

वाटले मनी दयावे जाळून दुःखद स्मृतींचे ढीग साचलेले
हर्ष देण्याऱ्या स्मृतींचे सोनचाफे फक्त ठेवावे जतन केलेले

8. अश्रू जेव्हा फुटले

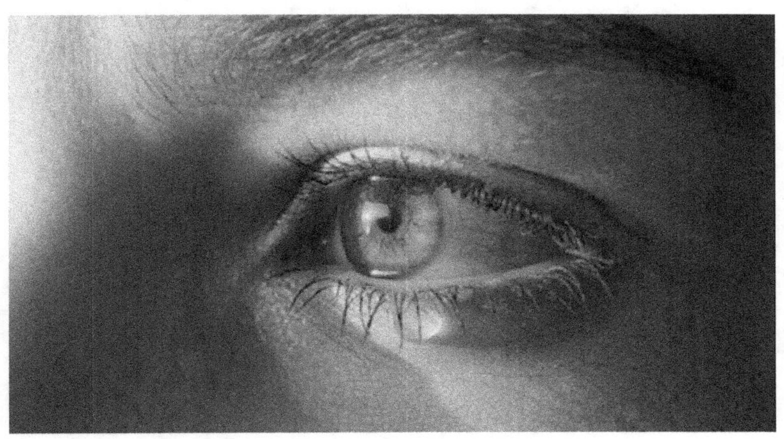

मनातील दुःख अश्रूंवाटे बाहेर पडले
मनातल्या यातनांनाही बाहेर पडू वाटले

कधी दुःखाचे तर कधी सुखाचे अश्रू आले
भावना विलक्षण कधी क्षण असह्य झाले

वाट हि लांब मानवाच्या आयुष्याची
कधी वाट सरळ कधी वळणे कठिनतेची

अश्रुनी केले मन या मानवाचे हलके
कधी बोलण्यास जवळ कोणी नव्हते

जुन्या आठवणीही कधी भिडती काळजाशी
वाटे मनी जसे घडले सारे जणू आत्ताशी

सासरी पाठवताना मुलीस पाहून बापाचे अश्रुंचे बांध फुटले
जी होती तुकडा काळजाचा तिच्या विरहानी अश्रू फुटले

कर्जबाजारी शेतकऱ्याचे प्रेत झाडावर लोम्बकळताना दिसले
ज्याने पिकविले शेतात मोती त्यास मृत पाहून अश्रू आले

देशासाठी प्राण देण्याऱ्या सैनिकाचा सदैव अभिमान वाटला
राष्ट्रध्वजात गुंडाळून देह त्याचा पाहिला अन अश्रूंचा पूर आला

९. बळीराजा बिचारा परत झाला कंगाल

पावसाने घातले थैमान चोहीकडे, सर्वत्र आले पूर
नद्या नाले तलाव धरणे भरून निसर्गाचे रूप दिसते क्रूर

मुके प्राणी गेले वाहून, वाहून गेली माणसेही
नुकतीच पेरलेली रोपे सुद्धा झाली दिसेना हि

तरुण मुले मुली मजेत धबधब्यावर खेळतायत जीवाशी
आई वडिलांचे कोण ऐकणार मित्र मैत्रिणी त्यांच्या पाठीशी

सेल्फी च्या नादात काही वाहून गेले
प्राण आपुले अमूल्य गमावून बसले

झाडे कोलमडून रस्त्यावर पडली
रोजची वाहतूक खोळंबून गेली

जुनी घरेही तुफान पुरात वाहून गेली
गरीब लोकांना अकस्मात बेघर करून गेली

बोटीने लोकांना सुरक्षित नेण्याचे सुरु आहेत प्रयत्न जोरात
अगदी लहान मुले ते म्हाताऱ्या लोकांचे झाले हाल अतोनात

सुटेल पाण्याचा प्रश्न शहरांसाठी तात्पुरता काही काल
शेते गेली वाहून अन बळीराजा बिचारा परत झाला कंगाल

10.आपली सोसायटी आपले कुटुंब

शेवटी एकदा सोसायटी ची निवडणूक संपली
काही उमेदवार हरले काही लोक जिंकली

लोकशाहीची एक ताकद आगळी वेगळी आहे
काय चांगले काय वाईट हे सारे जनता समजून आहे

शेवटी हार आणि जीत होणारच आहे
जगात अखेर सर्व काही क्षणभंगुर आहे

गेले काही आठवडे सोसाटीत वातारवरण जरा तापले होते
लोकांमध्ये मतभेद असू शकतात पण कोणी शत्रू नव्हते

मतदान अगदी शांततेत चांगल्यारिता पार पडले
मतमोजणी होताच निवडणूक प्रमुखाने निकाल जाहीर केले

दोन्ही पक्षाच्या लोकांनी एकमेकांचे आभार मानले
काही दुःखी झाले तर काहींनी एकमेकांना आलिंगन दिले

मतभेद आता बाजूला ठेवा झाले गेले आता विसरून जा
सोसायटीच्या प्रगती व पुनर्विकासा साठी जोमाने पुढे जा

गणपती दसरा दिवाळी व अन्य सण आनंदाने साजरे करूया
आपली सोसायटी आपलेच एक कुटुंब म्हणून आनंदाने राहू या

11. बाप्पा झाले खुश चिऊताईनवर

खिडकीजवळ होती, माझ्या गणेशाची मूर्ती बसलेली
पहाटे पहाटे खिडकीतून, एक चिऊताई आत आली

जवळच्या नदीत केले होते, तिने थंड पाण्यात पहाटेस स्नान
दिवसाची सुरवात केली तिने, देऊन गणेशास मोठा मान

जवळच्या बागेतून, तोडून आणली तिने चोचीत काही फुले
वाहिली गणेशास तिने मानाने, पाहून माझे मन आनंदी झाले

गणेशास सांगितले तिने, राहण्यास नाही आम्हास घरे
माणसांना झाडे तोडण्यास, झाली आहे घाई का बरे

दूर दूर जंगलातून यावे लागते आम्हास, घेण्यास तुझे दर्शन
माणसांना देशील कारे तू थोडी बुद्धी, करशील कारे आमचे
समर्थन

मूषक वाहनावरबसून निघाले बाप्पा, घेतल्या तात्काळ लोकांच्या
सभा त्यांनी जगात सर्वीकडे
खारुताई चिऊताई चालत होत्या, रस्त्यांवर सगळ्यांचे लक्ष
त्यांच्याकडे

तोडली झाडे तुम्ही तर, गणपती उत्तरले नाही मी परत येणार
होकार दिला साऱ्या लोकांनी, देऊन वचन झाले सगळे तयार

शेवटी सगळीकडे बाप्पांचे, विसर्जन झाले वाजत गाजत
जल्लोषात
खारुताई चिऊताई गात होत्या, गणपती बाप्पा मोरया पुढच्या
वर्षी लवकर या आनंदात

12. चंद्र तारका जेव्हा पृथ्वीवर उतरल्या

सूर्यमालेत भडकल्या तीव्र अग्नीच्या ज्वाला
बिचाऱ्या चंद्र, तारकांना त्या असह्य झाल्या

चंद्राने पृथ्वीवर जाण्याचे ठरविले
तारेही त्या पाठोपाठ तयार झाले

चंद्र कोरीने पाऊल ठेवले कैलास पर्वतावर
जाऊन बसली शांतपणे शंकराच्या जटावर

थंड करण्यास चंद्राला गंगा धावून आली
शंकराच्या डोक्यावरून वाहू लागली

तारेही आकाशातून धर्तीवर अवतरले
झाडांवर बसून विसावा घेऊ लागले

वृक्षे बनली नाताळची झाडे
चमकू लागली ती सगळीकडे

हिम हरणे बर्फात धावू लागली
नाताळचा सांता बसलेला ओढू लागली

सारे विश्व् कसे चोहीकडे आनंदून गेले
लोक एकमेकांना भेट वस्तू देऊ लागले

तारेही घरोघरी चमकू लागले
लोक नाताळची गीते गाऊ लागले

सारे धर्म समुदाय एक झाले
पाहून द्रुष्य ते देवही सुखावले

तारका आनंदाने नभात परतून गेल्या
नव्या वर्षाच्या स्वागतात रमून गेल्या

13. चांगले स्थिर सरकार लवकर यावे

मान्सून लवकरच महाराष्ट्रात कोसळणार
अस्थिर सरकार हि लवकरच कोलमडणार

दुसऱ्याच्या नावावर जिंकून येणे व तिसऱ्याबरोबर सरकार
बनवणे
जसे दुसऱ्यांनी लिहलेल्या पुस्तकावर लेखक म्हणून स्वतः चे
नाव टाकणे

नेत्यांनी आरशासमोर एकदा तरी उभे राहावे
चेहऱ्यावरील खोटे मुखवटे काढून टाकावे

वसुली प्रकरणे पाहून लोक कंटाळले
नेते गजाआड पाहून मतदार मात्र चिडले

नद्या नाले तलाव पावसाने लवकरच तुडुंब भरतील
खराब राजकारण करणे तरी नेते काय थांबवतील

चांगले स्थिर सरकार लवकर यावे
महाराष्ट्राच्या प्रगतीसाठी झटावे

शेतकऱ्यांचे कर्ज लवकर माफ व्हावे
शेतकऱ्यांनी आत्महत्या करणे थांबवावे

विजेचे संकट चांगल्या योजनेने कायमचे दूर व्हावे
कारखाने दवाखाने शाळा अंधारातून मुक्त व्हावे

हिरवी पिके शेतात आनंदाने डोलू लागतील
आता तरी का राजकारणात चांगले दिवस येतील

14.दहीहंडी अन गोपाळकाला पर्व आनंदाचे

आला आला रे शुभ दिन घेऊन दहीहंडी अन गोपाळकाला
यमुनेच्या तीरी व मथुरेत नाचती सारे घेऊन नाम नंदलाला

कृष्ण व सवंगडी फोडीत होते दहीहंडी
एकमेकांच्या खांद्यावर चढून सारे सवंगडी

दही दूध व पोह्यांचा चविष्ट प्रसाद खाती आनंदाने
कृष्ण राधा व मित्र त्यांचे नाचती मथुरेत हर्षाने

गोपाळ व मित्र त्याचे जाती घरोघरी लपून छपून
फोडती मटके भरलेले दह्याने अन ताव मारिती सर्व मिळून

कृष्णाच्या बासरीचे सुरेल सूर फैलती साऱ्या आसमंती
घरोघरी जल्लोष आनंदाचा लहान मुले व वृद्ध हि नाचती

राधा लाजून जमवी गौळणी तिच्या मथुरेत
कृष्णाच्या भेटीचे दिसती मुहूर्त सर्वांच्या नजरेत

पावसाच्या पडती मुसळधार अमृतधारा मथूरेत जोरात
गोपाळकाल्याच्या आनंदात नाचती सारे आनंदात

गायी व वासरे सुद्धा आनंदाने डोलती त्यांच्या माना
गौळणी सोबत शोधे राधा लपलेला कृष्ण व सुदामा

दहीहंडी अन गोपाळकाला पर्व अति आनंदाचे
यमुनातिरी अन मथुरेत रंग उधळी कृष्ण मैत्रीचे

15. दसऱ्याच्या परंपरा

दसरा सण किती आपला आनंदाचा
एकमेकांना आनंदाने भेटण्याचा

आसमंती चैत्यन्य फुलते
झेंडू फुलांनी घर सजते

आंब्याचे तोरण लागे प्रवेशद्वारात
शुभ्र सुंदर रांगोळ्या दिसती आंगणात

नवरात्री संपून नवा प्रहर उजडे
विजया दशमीचा उत्सव चोहीकडे

सीमोल्लंघन करिती सारे जण आनंदाने
देवीचे दर्शन घेऊन येति सारे उत्साहाने

तांदुळाचा राक्षस दारात कापती
औक्षण करुनि गृह प्रवेश करिती

देवीची पूजा घरी होई चौरंग सजवुनी
कोरी वही व त्यावर स्वस्तिक काढुनी

रावणाचे जागोजागी दहन होते
फटाक्यांनी आकाश उजळून निघते

सोने वाटती लोक एकमेकांना आनंदाने
विसरून जाती भेदभाव व दुरावा हर्षाने

16. बलिदानाची किंमत समजावी

रस्त्यावरील दिव्याखाली तो अभ्यास करीत होता
विख्यात गणितदन्य होण्याची स्वप्न पाहत होता

घाण्यास गुंफून काळ्या पाण्याची शिक्षा भोगत होता
मातृभूमीस स्वंतत्र करण्यासाठी अहोरात्र झटपटत होता

केसरीतून आपली लेखणी राबवत होता
स्वातंत्र्यासाठी जनजागृती करीत होता

चरख्यावर सुत कापण्याचे धडे देशवासियांना देत होता
स्वदेशी कपडे वापरून देशात दांडीयात्रा करीत होता

पुस्तके डोक्यावर बांधून नदीतून पोहून शाळेत जात होता
देशासाठी सर्व काही अर्पण करून जय जवान जय किसान चा
नारा लावत होता

एक गरीब मुलगा आगगाडीच्या स्थानकावर चहा विकत होता
दिवस रात्र मेहनत करून देशाला अव्वल नंबर एक करीत होता

अशी असामान्य माणसे जीवापाड मेहनत करून गेले
मातृभूमीस गुलामगिरीतून कायम मुक्त करून गेले

त्यांच्या त्यागाची आठवण आपल्यास रोज रोज यावी
त्यांच्या बलिदानाची किंमत सदैव स्मरणात राहावी

17. देवा तू केव्हा हे चित्र बदलशील

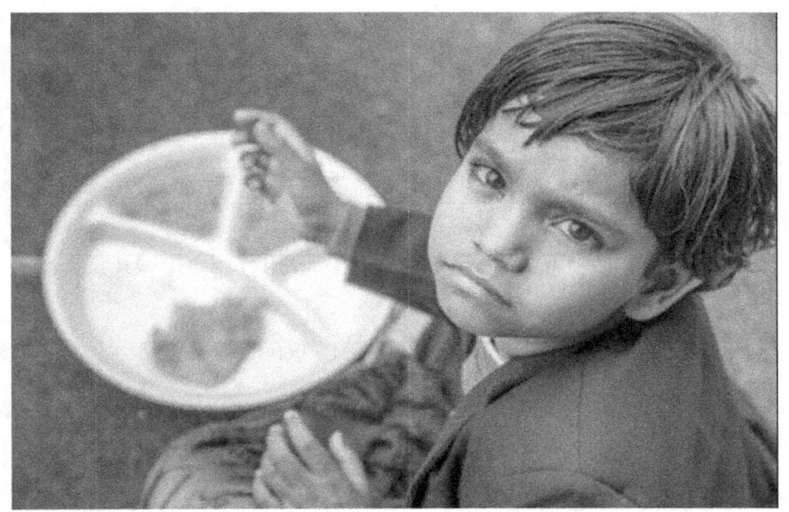

घामाने त्रस्त झालेले मजूर बिचारे
उन्हाळा कसाबसा सहन करणारे

झाडाखाली न्याहारी संपवून झोपलेले
त्यांची लहान लेकरे हि गाढ झोप घेतलेले

पाण्याविना तडफणारे लहान मोठे पक्षी बिचारे
पाण्याचा शोध घेण्यासाठी वणवण फिरणारे

पाण्याविना रस्त्यावर दिसतात मूक प्राणी मेलेले
पाहून त्यांना मानवाचे काळीज व्हावे ओले

उत्तुंग इमारतीत मैफिल रंगते थंड गारव्यात श्रीमंतांची
त्यांना कशाला असे फिकीर भुक्या तहानलेल्या गरिबांची

श्रीमंतांची मुले दिसतात महागड्या ठिकाणी पोहणारी
शेतातल्या विहिरीत मात्र मजेत पोहतात गरीब लेकरे सारी

उपासमार व उन्हाळा कसाबसा सोसतात गरीब दिवस रात्र
विदेशात थंड ठिकाणी मस्त फिरायला जातात श्रीमंत मात्र

एकीकडे दोन चार पैसे कमावण्यासाठी गरीब झीजणारे
दुसरीकडे पैसे कुठे खर्च करावे या भ्रमात श्रीमंत पडलेले

हे देवा तू कधी हे दारुण दयनीय चित्र बदलशील
तुझ्या काळजात केव्हा एकदा गरिबाला ठेवशील

18. दीपावली ची मजा

दिवाळी आली दिवे पेटती लखलखून
लाखो पणत्या झळाळती चोहीकडे तेजून

पहाटेचे अभ्यंगस्नान सुवासिक उटणे सोबती
प्रातः कालचे उत्साहाने सारे स्वागत करिती

अंगणात दिसती रांगोळ्या शुभ्र सुंदर नक्षीदार
तुळशी वृंदावन पणती सोबत दिसते बहारदार

ताज्या फुलांचे हार सजवती घरे
आम्र पताका तोरणे डोळ्यात भरे

लहान मुले बांधती सुंदर किल्ले मातीचे
छोटे मावळे, प्राणी शोभा वाढवती त्यांचे

दीपमाळा रंगीबेरंगी घरांच्या भिंती सजवती
घरोघरी पाहुण्याच्या आनंदाने गाठीभेटी रंगती

सुग्रणी महिला करिती फराळ घेऊनि खूप कष्ट
मिळून सारे खाती लाडू चकल्या करंज्या चविष्ट

फटाक्यांची बरसात होई आकाशात
उजळून जाई सारा आसमंत अंधारात

नवीन नवीन पोषाखाने सारे कसे नटती
दीपावली ची मजा सारे आनंदाने लुटती

19. एका नव्या दिवसाची सुरवात

पहाटे पहाटे कोंबडा आरवला
झाली पहाट उठा आता म्हणाला

दुरून कोकिळेचे मधुर कुंजन कानी पडले
आपसात स्पर्धा गाण्याच्या लावताना दिसले

झाडावरून पक्षांची किलबिल ऐकू आली
उगवणाऱ्या सूर्याची लाली आकाशात दिसू लागली

हळूच चिऊताई खिडकीत आली
चिऊ चिऊ करत निरोप देत उडून गेली

आकाशात पक्ष्यांचे सुंदर थवे सर्वीकडे दिसू लागले
बगळे माळ करीत आकाशात उडताना दिसू लागले

शेजारील पेरूच्या झाडावर पोपट डोलत होते
गोड गोड पेरू खात ते सर्व फार आनंदी दिसत होते

दुरून हळूच मोर अंगणातील बगिच्यात विराजमान झाला
सुंदर नक्षीदार पिसारा पसरून ऐटीत चालताना दिसला

पारिजातकाचा सडा अंगणात पसरला होता
शुभ्र फुले, केशरी देठ मोहक सुगंध दरवळत होता

अंगण शेणाने उत्साही महिला सारवत होत्या
सुंदर पांढऱ्या रांगोळ्या अंगणात काढीत होत्या

मंदिरात घंटानाद व आरत्या जोरात चालू होत्या
शंख फुंकून ध्वनी लहरी आसमंती निनादात होत्या

एका नव्या उत्साहाने दिवसाची सुरवात झाली होती
पेपर वाटणारे, शाळेत जाणारे बालक आनंदी दिसत होती

हळूहळू सूर्य डोक्यावर आला, दुपार झाली व सूर्य अस्ताला गेला
गुराखी बासरी वाजवीत गायी परत गोठ्यात आणण्यास व्यस्त
झाला

अंधुक प्रकाशात हळूच अंधाराचे आगमन झाले
तुळशी वृन्दावनासमोर पणत्यांचे पवित्र दर्शन घडले

चंद्राने आकाशात डोके काढले सोबत चांदण्या होत्या
लिंबोणीच्या झाडामागे लपलेला चांदोबा दाखवत आया शिशुना
भरवत होत्या

रात्रीचे सहकुटुंब भोजन घरची मंडळी आनंदाने घेत होती
दिवसाचा थकवा घालवण्यास पुरुष महिला घेत होत्या विश्रांती

20. एकटेपणाची खंत वृद्धांची

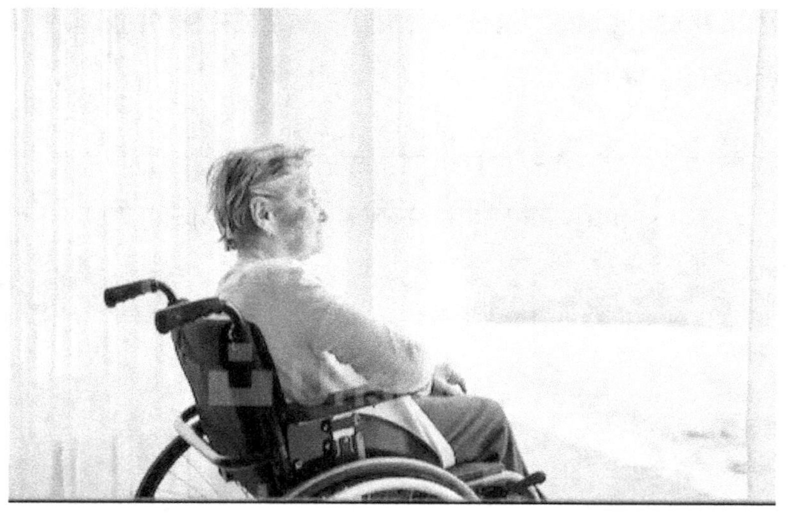

बाबा म्हणे बाळा मी झालो आता म्हातारा
माझ्यासाठी तुझ्याकडे का नसे वेळ बरा

डोळ्यांनी मला अजिबात आता दिसत नाही स्पष्ट
जवळ असशील तर सांगेन तुझ्या लहानपणीची गोष्ट

तोल माझा आता हळूहळू ढासळतो आहे बरे
काठीशिवाय सांभाळणे झाले मला कठीण खरे

लक्ष्मीधर वि. गावपांडे

नाही कोणी सोबत आता बोलायला माझ्याशी
असशील सोबत तर वेळ घालविन तुझ्याशी

हाथ कापतात माझे आता थरथर हमखास
सोबत तुझी असेल तर वाढेल माझा आत्मविश्वास

एकटे जेवण्यात आता मजा नाही उरली
दोन घास पोटात टाकीत भूक माझी मेली

खंत माझ्या मनी मी तुला बालपणी वेळ नाही दिला
झालो म्हातारा मी आता कोणत्या तोंडाने वेळ मागू तुला

तू तरी तुझ्या आयुष्यात माझ्यासारखी चूक करू नको
सगळ्यांसोबत योग्य वेळी वेळ द्यायला विसरू नको

समाजातील साऱ्या वृद्ध लोकांचे दुःख सारखे
जवळचे हि झाले आता अनोळखी अन पारखे

जीवनाच्या अंतिम वाटेवर सारेच एकटे
येति जगात एकटे अन जाती एकटे

ईश्वराची साथ मला नाही कळली
मानवाची जात मात्र चांगलीच समजली

21.एन्जॉयमेंट खरंच एन्जॉयमेंट असत काय

आजकाल एन्जॉयमेंट शब्द फार प्रचलित आहे
जो तो एन्जॉयमेंट कशी करायची या मागे धावत आहे

लंडन रोम पॅरिस बघितले कि एन्जॉयमेंट होते काय
भारतात पाहण्याची चांगली ठिकाणे नव्हते काय

नवीन सिनेमा लागला रिकाम्या थेटर मध्ये एन्जॉयमेंट
होते काय
घरी बसून टीव्ही वरही चांगले कारेक्रम बघायला नव्हते काय

लक्ष्मीधर वि. गावपांडे पृष्ठ क्रमांक 42

बाहेर हॉटेलात जाऊन पैसे खर्च केल्याने एन्जॉयमेंट होते काय
लसूण चटणी भाकरी खाल्ल्याने पोट भरत नव्हते काय

महागड्या मद्य पानाच्या पार्ट्या केल्याने एन्जॉयमेंट होते काय
घरातील मंडळी व मित्रांसोबत साधे सहभोजन केल्याने
बिघडते काय

एन्जॉयमेंट च्या नावाखाली नको ते फाजील देखावे बंद करावेत
स्वतः एन्जॉयमेंट करताना व्हाट्सअप वर फोटो धाडणे बंद
करावेत

एन्जॉयमेंट म्हणजे वस्तुस्थितीपासून पळ काढणे नव्हे काय
स्वतः बद्दल सोशल मीडिया वर जाहिराती करणे योग्य काय

पंढरपूरची वारी करणारा साधा वारकरी कसा एन्जॉय करतो पहा
जाता येता
स्वतः बद्दल केवळ सतत वायफळ जाहिराती करणे तरी थांबवा
आता

आजकालचे एन्जॉयमेंट मित्रानो हे एक मृगजळ नव्हे काय
अमृतघट भरले आहेत कि स्वतःच्या झोपडीत दिसत नाही काय

22. गणपती आहे आदी अनादी अनंत

गणपतींचे चित्रे फेकावीशी नाही वाटली
कलेबद्दल डोक्यात एक युक्ती सुचली

गणपती नेहमी डोळ्यासमोर दिसावा वाटले
अंतर्मनातील गणपतीचे प्रेम डोळ्यात दाटले

सुंदर असा गणपती काय वर्णावे
पेपरात नयनमोहक दिसले देखावे

लक्ष्मीधर वि. गावपांडेपृष्ट क्रमांक 44

अशीच सहज कल्पना डोक्यात आली
गणपतीची सुंदर चित्रे डोळ्यात भरली

कचऱ्यातून कला निर्माण व्हावी असे वाटले
प्लॅस्टिकच्या डब्यावर गणपतीचे चित्रे लेटले

रंगीबेरंगी गणपतींचे पेपरातले फोटो पहिले
हळुवारपणे कापून डब्यावर लाविले

विसर्जन झाले तरीही गणपतीला डोळ्यासमोर ठेवावे
रोज होईल दर्शन त्याचे म्हणून मी टेबलावर त्यास पाहावे

आपण कोण विसर्जन करणार गणपतीचे
तो आहे आदी अनादी अनंत रोज स्मरण करावे त्याचे

23. हे लक्षात ठेवा

कामापुरती माणसे करिती वंदन आपणास
खरे कोण लबाड कोण हे मात्र लक्षात ठेवा

स्वतःचे ध्येय गाठण्या आपलेच कष्ट असावे
गोड बोलणारी माणसे बिनकामी हे लक्षात ठेवा

विनाकारण उपदेश देणारी माणसे बहू या जगी
मनासी जे पटेल तेच करावे हे लक्षात ठेवा

तोंडावर स्तुती करणारे ते दिखावा करणारे लबाड असती
पाठीमागे निंदा करणारे ते असती मतलबी हे लक्षात ठेवा

पैसे ज्याकडे जास्त तेथे ओढ त्या घुटमळणाऱ्या लबाडांची
कंगाल झालात तरी जे करिती मदत तेच खरे हे लक्षात ठेवा

गुरुजनांचा आदर केवळ शाळेत व नंतर विसरणारे बहू
आई वडिलांचा विसर पडती ज्यास ते नीच हे लक्षात ठेवा

वाम मार्गाने पैसे कमावणारे दिसतील बहू या समाजात
योग्य वेळीच साथ सोडावी अशा लोकांची हे लक्षात ठेवा

नाव प्रसिद्धी या मागे धावणे हे अविवेकी अयोग्य
साधी राहणी उच्च विचासरणी हेच योग्य हे लक्षात ठेवा

मुक्या प्राण्यांवर जे करिती प्रेम तेच खरे थोर सज्जन
शिकारी म्हणून जे मारती प्राण्यास ते अति क्रूर हे लक्षात ठेवा

साथ खरंच देतील का ते जन जे म्हणती मित्र आपुले
खांदा देण्यास खरंच चार पुढे येतील का हे लक्षात ठेवा

गरजा आपुल्या का वाढवती जन या जगी करून स्वतः दुखी
माउलीचे नामस्मरण करुनि निरंतर लाभते सुख खरे हे लक्षात
ठेवा

24. होळीचा आनंद

होळीत उडवतील सप्त रंग
भिजून जातील अंग चिंब

विसरतील लोक राग अन द्वेष
सोडून भेदभाव रंगतील शुभ्र वेष

मनातील रागांची होईल राख सर्वांची
तुटलेली नाती परत जुळतील एकमेकांची

चेहरे होतील ओळखण्यास कठीण रोजचे
रंगांची बरसात व गुलालाने क्षण होतील आनंदाचे

लक्ष्मीधर वि. गावपांडे

रंगीत पक्षी झाडांवर बसलेले आनंदाने बघतील
माणसांना रंगलेले पाहून ते सारे मनसोक्त हसतील

रंगीत फुलपाखरे हि होतील आश्चर्यचकित
माणसांचे रंगीत चेहरे पाहून ते होतील अचंबित

सारी शृष्टि रंगीबेरंगी झालेली वाटे
वैर विसरून होतील दोस्तीचे नवे नाते

राग द्वेष मत्सर कपट लोभ दुरावा जाळूया
होळीच्या दिनी पुरण पोळीचा आनंद लुटुया

25. जगी कुणास आहे साथ
आयुष्यभर दुसऱ्याची

गोठ्यात वासरू दिवसा एकटे असे
माय त्याची नित्य चरावयास जात असे
होताच संध्याकाळ माय येई गोठ्यात
वासरू मारे उड्या आनंदात

मिळे वासरास आईचे प्रेम अफाट
वासराच्या अंतकरणात येई आनंदाची लाट
वात्सल्य मायेचे उधळून येई
वासरू मायेस आनंदाने बिलगून जाई

लक्ष्मीधर वि. गावपांडे

पहाटेस माय त्याची हंबरडा फोडी
झोपलेले वासरू हळुवारपणे बंद नयन उघडी
मायेचे दूध वासरास मिळे
माय परत त्याची चरावयास पळे

ऋणानुबंध प्रेमाचे नकळत तुटती
मायेच्या नयनी पुन्हा विरहाचे अश्रू ढळती
वासरास होई सवय एकटे जगण्याची
जगी कुणास आहे साथ आयुष्यभर दुसऱ्याची

26. कडक उन्हाळा

उन्हाळा व ग्रीष्म वारे अंगाची लाही लाही करिती
वृक्ष कापून कॉंक्रिट जंगले केल्याचे दुःख सोबती

कैरी पन्हे कोकम सरबते गोड सोबती
घरचे सारे आंब्यावरती ताव मारिती

हलके फुलके पांढरे सुटी कपडे अंगावरीती
सकाळ संध्याकाळी पोहण्याचे नाद पडिती

ताट्याचे मोठे मोठे बॉक्स कूलर चोहीकडे दिसती
दिवसा साऱ्या खिडक्या द्वारे घरोघरी बंद दिसती

संध्याकाळी अंगणात पाण्याचे सडे पडती
दिवसाची तीव्र उष्णता थोडी फार कमी करिती

लक्ष्मीधर वि. गावपांडे

जेवणात कैरी व सोबत पांढरे कांदे लागती
माठातील वाळ्याचे थंड थंड पाणी पोटे भरिती

रात्री गच्चीवरीती झोपण्याची सारे तयारी करिती
गादीवर पडून आकाशात ते सारे जन सप्तर्षी बघती

केव्हा एकदा झोप लागे हे न आम्हा कळती
पहाटेस कोकिळेचे सुंदर गान कानी पडती

दिवसाची दिनचर्या सारे हळू हळू आरंभिति
केव्हा एकदा पाऊस पडणार याची वाट पाहती

27. मैत्री जपावी

सलोख्याच्या तारा जुळून येती
तरंग मैत्रीचे मनी उठती

नाते जुळती बांधून धागे मैत्रीचे
आयुष्य बहरती भरवशांचे

संकटात मिळे सोबत मैत्रीची
दुःखात अन सुखात साथ नात्यांची

मोकळे करिती मित्र उदास मने त्यांची उघडून
भावनांचे पळती धूर साठलेल्या काळजातुन

लक्ष्मीधर वि. गावपांडे

मग अचानक डोके काढती स्वार्थी मन
गैरसमज फैलाहून येई कटुता दाटून

न बघती ते चेहरे आता एकमेकांचे
कसे घडले अचानक समजण्या पलीकडचे

कोणी तिसरा खूपसे नाक आपुले
घेऊन फायदा तोडून नाते त्यातले

असा चाले मग अबोला त्यांचा
तरी न विसर पडे एकमेकांचा

आयुष्याची पलटून जाती बहू पाने
मित्र मित्र विसरून जगती मारून मने

दाटून येति आठवणी अन बालपण स्मरावे
क्षणात वाटे ठेऊन दुरावा बाजूला पुन्हा भेटावे

अहंकार येई वाटेत दोघांच्या मनी
न सरते पाऊल कुणाचे अंतःकरणी

एके दिवशी दिसे प्रेत जाण्या स्मशानात
मित्र पडे बाहेर मित्रास खांदा देण्यात

घेती निरोप अंतिम ज्वाला जेव्हा दिसती
वाहती धारा अश्रूंच्या पाऊल जेव्हा घराकडे पडती

28. मथुरेत होळी खेळती राधा कृष्ण

मथुरेतील होळी अन आनंदाला थैमान
सर्विकडे आनंदी आनंद रंगाला उधाण

बासरीचे सुरेल सूर पसरती आसमंती
राधा कृष्ण आनंदाने सोबत नाचती

कृष्णासोबत असती त्याचे सवंगडी
गौळणीसह राधा आनंदाने बागडी

रंगी बेरंगी फुलांचे वर्षाव होती
चोहीकडे लाल पिवळे हिरवे निळे रंग बरसती

गुलाल अन रंगाने भक्तांचे चेहरे रंगलेले
राधा कृष्णास पाहण्यास सारे आतुरलेले

राधेसह कृष्ण हर्षाने नाचत बसे
राधा कृष्णाचे प्रेम चोहीकडे दिसे

सारी मथुरा रंगून जायी सप्त रंगाने
सारे आनंदी राधा कृष्णाच्या प्रेमाने

मथुरा होऊन जायी राधा कृष्णमय बेभान
नाचती गाती भक्तजन येई आनंदाला उधाण

29. मतिभ्रष्ट न व्हावे

शेवटी नेत्याने महाल सोडला
आपल्या जुन्या घरी परत आला

संगतीने त्याला बिघडवले
चांगल्या मार्गापासून दूर नेले

माणसाने स्वतः चांगले कि वाईट ठरवावे
दुसऱ्याच्या सांगण्याने आपले मन विचलित होऊ न द्यावे

राजकारण हे शेवटी घृणास्पद असते
चांगल्यांचे आयुष्य उध्वस्त करते

आयुष्यभर ज्यांनी दिली साथ त्यांना का विसरावे
बाकी मतलबी तुमच्या जवळ किती दिवस थांबावे

एका थोर नेत्याची तपश्चर्या धुळीत मिळाली
आता सावरासाराव करून काय अर्थ हि गोष्ट कळाली

भ्रष्टाचाराचे थैमान काय दिसले नाही का
करोडोंची वसुली वाईट हे कळले नाही का

प्रजेने धुडकावले तर राजाला काय अर्थ
घराण्याची वर्षांची मेहनत गेली व्यर्थ

राजाने राज्य करावे थोर शिवाजी महाराजांसारखे
कोणी लहान नाही कोणी मोठा नाही हे ध्यानी ठेवावे सारखे

30. मोबाईल ने केले आयुष्य उध्वस्त

मोबाईल शिवाय या जगी आता कुणाला चैन पडत नाही
पहाटे उठल्यापासून तर झोपेपर्यंत त्या शिवाय करमत नाही

मोबाईल वरून पहाटे लोक खाण्याचे पदार्थ मागविती
मोबाईल वरून बारकाईने मोजती कॅलरीज त्यात असती किती

मोबाईल वरून पसंद करिती पोशाख ते आपुला
घालून बघती न आवडला तर त्वरित करिती परत त्याला

मोबाईल वरून ठरविती टॅक्सी बाहेर जाण्यासाठी
बिल देती तात्काळ मोबाइलवरूनच त्यासाठी

लक्ष्मीधर वि. गावपांडे

दुपारचे जेवणही मोबाईल द्वारे जन सारे मागविती
पर्याय त्यांच्यापुढे असंख्य त्यामुळे द्विधा त्यांची मनस्थिती

आरोग्यासाठी सल्लाही घेती मोबाईलद्वारे
औषधेही मागविती मोबाईलवरून ते सारे

विद्यार्थी घेती धडे अभ्यासाचे मोबाईलवरून
परीक्षाही देती मोबाईलवरून ते योग्य वेळ साधून

या मोबाईलने तोडले सारे सवांद एकमेकातील
संपून आस्था आपुलकी मान सन्मान लोकातील

हि समस्या होत असे गंभीर आता या जगती
माणसे विसरली देवास पण आता आप्तांसही विसरती

किती रम्य होते बालपण आपुले मोबायीलविना
हि पिढी कशी जगणार आयुष्य त्यांचे मोबायीलविना

हे देवा झाला अतिरेक आता वाचव मानवाला
ह्या मोबाईलने वेड लावले साऱ्या जगाला

31.मुक्या प्राण्यावर नित्य प्रेम करावे

हळूच लपून मांजरीने कोणाच्या घरी दूध प्यावे
तृप्त होऊन डौलत चालत सुप्त व्हावे

मांजरीने असे शांत दुपारी झोपावे
आकाशाकडे पाहत डोळे मिटावे

वाऱ्याची झुळूक अंगावर घ्यावी
रोज दुपारी शांत झोप काढावी

बागेतील चमेली पारिजातकाची साथ तिला
फुलांच्या गंधांची रोज साथ मिळे तिला

लक्ष्मीधर वि. गावपांडे

अंधार पडताच झोपेतून हळुवार जागे व्हावे
हळुवारपणे तिने आपल्या शिकारीस निघावे

शिकार न मिळाल्याचे रात्री नित्य ढोंग करावे
रडण्याचे आवाज काढून आपले काळीज हलवावे

थोडे दूध बशीत घेऊन मी तिला प्रेमाने पाजावे
तिला शांतपणे जाताना माझे मन हलके व्हावे

असे हे निरागस दृश्य मी रोज रोज पाहावे
मांजराच्या चतुराईने मी रोज चकित व्हावे

मुक्या प्राण्यावर आपण असे नित्य प्रेम करावे
नकळत या प्राण्यांमध्ये मजला देवाचे दर्शन व्हावे

लपून छपून दूध पिणाऱ्या मांजरीला रोज पाहावे
चोरून लोणी खाणाऱ्या कृष्णाचे नित्य स्मरण व्हावे

32. गणरायाचे होई आगमन

आज दिन खास आमच्या आनंदाला उधाण लागती
लाडके गणपतीबाप्पा वाजतगाजत आमच्या घरी येति

कोणी बसविले बाप्पाला गरुडावर तर कोणी सिंहासनावर
सुंदर मुकुट डोक्यावरती शोभून दिसे दिव्य गणनायकावर

रंगीत सुंदर मोहक पितांबर लंबोदराचे दिसती
सुंदर सोनेरी काठ त्यावर शोभून लक्ष वेधती

ताट जवळ गोड ताज्या मोदकांचे भरलेले
बघून त्यासी मन कसे प्रफुल्ल झाले

छोटेसे उंदीर मामा बाप्पाच्या पायापाशी
निमूटपणे बसे तो वाट पाहत प्रसादाची

अंगणात काढिती गृहिणी सुंदर रंगीबरंगी रांगोळ्या
दारावर तोरण फुलांचे उठून दिसती त्यातील ताज्या कळ्या

नवीन वस्त्रे परिधान करुनि घर सज्ज असे
आरतीसाठी आता मन उतावीळ झाले जसे

समयीतील वाती पेटती सोबत उदबत्तीचा गंध दरवळे
बाप्पाला चढवून हार वाहून दुर्वा ताटात दिसती ताजी फळे

आरतीचा जल्लोष आसमंती दुमदुमत असे
सर्वींकडे गणरायाचा जयजयकार होत असे

बाप्पाच्या आगमनाने घर झाले पवित्र व आनंद वसे मनी
दहा दिनी उत्साहाने पूजन चाले बाप्पाचे रोज नव्या प्रसादांनी

शेवटी घेऊन निरोप भक्तजनांचा बाप्पा जाती आपल्या गावा
भक्त म्हणती गणपती बाप्पा मोरया पुढच्या वर्षी लवकर यावा

33. नवरात्रीच्या शुभेच्छ्या

नवरात्रीचा उत्सव वाजत गाजत आला
घटस्थापनेच्या उत्साहाने सुरु झाला

घटात भरुनी पाणी सोबत पूजेची पाने
काळ्या मातीत घट ठेउनी बीजे पेरणे

देवीच्या सुंदर सुबक मूर्ती दिसती चहूकडे
रंगी बेरंगी तोरणे व दिवे चमकती सगळीकडे

दुर्गा लक्ष्मी पार्वती सरस्वतीचे चाले पूजन
हिंदू संस्कृतीचे साऱ्या भारतीयांना घडे दर्शन

लक्ष्मीधर वि. गावपांडे

महशासुराचा वध केला शक्तिशाली देवीने
वाईटावर अखेर विजय मिळविला सत्याने

नव रात्रीचा हा सोहळा दिमाखदार
सगळीकडे जोमाने आनंदाला येई बहर

देवीस रोज नवे रंगीत वस्त्र चढवुनी
रंगीत फुलांच्या माळा गळ्यात वाहुनी

दांडिया रासाची सारे आतुरतेने वाट पाहती
घेऊन टिपऱ्या हाती सारे आनंदाने नाचती

विजयादशमीने शेवटी होई सांगता अंती
उत्सुकतेने सारे आता दिवाळीची वाट पाहती

34. नेत्याने आपल्या कार्यकर्त्यांना विसरू नये

इमानदार राज्य कार्यकर्ते वाहत्या नदीसारखे
अहोरात्र झटणारे, उन्हाळ्यात पाण्यासारखे तापणारे

गरम पाण्याची एक दिवस वाफ होणार
राज्यकर्त्यांचा सय्यम एक दिवस संपणार

वाफ होऊन पाण्याचे लोट आकाशात जाणार
राज्यकर्तेही त्रास सहन करून नेत्याला सोडणार

वाफेचे जमून जमून ढग होत होणार
असंतुष्ट कार्यकर्ते मिळून गट तयार करणार

लक्ष्मीधर वि. गावपांडे

ढग पोषक वातावरण मिळताच जोराचा पाऊस पाडणार
राज्यकर्त्यांचा गट सारख्या विचारांच्या पक्षात मिळणार

पाऊस पडल्यावर सारा परिसर सुंदर हिरवागार होणार
चांगले कार्यकर्ते मिळून जनतेच्या विकासासाठी लढणार

मग काय डोंगर, काय झाडी, काय हॉटेल सगळं ओके
मग काय रखडलेली कामे, रखडलेले निर्णय सगळं ओके

म्हणून नेत्याने आपल्या कार्यकर्त्यांना विसरू नये
त्यांच्यामुळे आपले अस्तित्व आहे हे कधी विसरू नये

35. साधेपणात खरे सुख

साधा डोसा साधे वरण जसे
साधे राहणे मानवाला जमेल कसे

साधेपणा चरित्रांनी कि स्वभावाने ओळखावा
नकटी मुखवटे काढून तो खरा जगाला दिसावा

साधी राहणी उच्च विचार सरणी
मानवाला अजून का नव्हे कळली

सुकी भेळ खरंच वाटते सुखी
दुःखां समवे सुख हि पाठराखी

दुःखां विना सुखाचे महात्म कळले का
सदा सुखी कोणी मानव दिसला का

लक्ष्मीधर वि. गावपांडे

साधे राहणे म्हणजे कमीपणा नव्हे
पैसे उधळून जनांसमोर का करावे देखावे

साध्या माणसासोबत सुख नक्की राहते
सुख दुःखात साध्या माणसांचीच साथ मिळते

कधी सुख तर कधी दुःख कायम राहणार
दिवसा सूर्य अन रात्री चंद्र तारका दिसणार

36. शाळेचे संमेलन

सी पी अँड बेरार शाळेचे संम्मेलन फारच छान झाले
शाळेस बऱ्याच काळानंतर भेट देऊन मन आनंदित झाले

ती जुनी शाळेची इमारत जुन्या आठवणी ताज्या करून गेली
शाळेच्या पटांगणात जुन्या स्मृती पुन्हा उजळून गेली

शाळेचे ते वर्ग व त्या जुन्या खिडक्या डोकावून पाहत होत्या
विद्यार्थ्यांना जणू परत वर्गात येण्याच्या विनंत्या करीत होत्या

पटांगणात तो मलखांब अजूनही अशोकस्तंभासारखा उभा दिसला
मलखांब करणाऱ्या माजी विद्यार्थ्यांना जणू बोलावताना दिसला

लक्ष्मीधर वि. गावपांडे

जुन्या शिक्षकांना भेटून मन फार गहिवरून आले
त्यांचे ते साधेपण पुन्हा एकदा डोळ्यात भरून आले

माजी विद्यार्थ्यांना भेटून बालपण पुन्हा एकदा आठवले
वर्गातील जुन्या आठवणींनी गप्पा गोष्टीस उधाण आले

विद्याथर्यांनी केलेले मनोरंजन व संचालनानी मन भरून गेले
भाषणे कविता हिंदी मराठी गाण्यांनी मन ताजेतवाने करून गेले

गरम गरम स्वादिष्ट चविष्ट पोटभर भोजन एक पर्वणी होती
शाळेतून बाहेर पाऊल टाकताना डोळ्यात पुन्हा आसवे होती

37. वाल्याचा अचानक वाल्मिकी झाला

वाल्याचा एकदम अचानक वाल्मिकी कसा झाला
माणसाचा मृत्यू झाला आणि स्तुतिसुमनांचा वर्षाव झाला

चांडाळ चौकडीतला बिनकामी तो मनुष्य
कधी धरले नव्हते जवाबदारीचे धनुष्य

बापानी कमावला होता आयुष्यात पैसा अतोनात
आयत्या पिठावर मारीत होता तो रेघोट्या दिनरात

शिक्षणात होते चक्क ढ ते एकुलते एक पात्र
मवाल्यासारखा दुचाकीवर फिरत बसे मात्र

लक्ष्मीधर वि. गावपांडे

मृत्यू झाला म्हणून वाल्याचा वाल्मिकी होतो काय
गलिच्छ भूतकाळ सहज विसरतात लोक काय

तुच्छ त्याचे ते शब्द मला अजूनही आठवतात
माझ्या काळजाला अजूनही काट्यासारखे रुततात

कोणी कोणास काय म्हणावे हा ज्याचा त्याचा प्रश्न
केवळ दुसऱ्याने स्तुती केली म्हणून मी करावी हा माझा प्रश्न

मृत्यू झाला म्हणून वाल्याचा वाल्मिकी होतो काय
तुमची तुच्छ अवहेलना दुसरा विसरणार काय

मला नव्हे दुःख अपमान करणाऱ्या अशिक्षित मेलेल्या गुंडांचे
मरावे परी कीर्तिरूपे उरावे बोल काय व्यर्थ त्या थोरांचे

38. सूर नवा ध्यास नवा

आला परत आमचा आवडता कारेक्रम सूर नवा ध्यास नवा
सुंदर गाण्याचा सोहळा जो प्रत्येकास हवाच हवा

लहान मोठे उत्तम गायक मेहनीतीने निवडलेले
महाराष्ट्राच्या प्रत्येक कानाकोपऱ्यातून आलेले

नव्या गायकांना आपली कला दाखविण्याची उत्तम संधी
अवधूत व महेश चे उत्तम मार्गदर्शन व उत्तम जुगलबंदी

वेगवेगळी गाणी ऐकून मन प्रफुल्लित होते
प्रत्येक गाण्याची उत्तम तालीम झालेली असते

समीक्षकांचे उत्तम मार्गदर्शन सर्वांना लाभते
त्यांची आपसातील मिश्किल सर्वांना आवडते

स्पृहाचे सूत्रसंचालन अगदी मेजवानी वाटे
गाण्याची बरसात सोबत वाद्यांची मैफिल दाटे

रंगीबेरंगी दिव्यांचे झोत व गाण्यानुसार चित्रे पटलावर
बघून फिटे रसिकांच्या डोळ्यांचे पारणे खोलवर

सूर नवा ध्यास नवा ची वाट आम्ही पाहतो आतुरतेने
शेवटी होईल विजेता एक पण बरेच शिकून जातील जोमाने

भाग २

हिंदी कविता

1.अब बरसात होगी

घने काले बादल आसमान में छाए है
धुप थोड़ी कम होकर पसीने कम हुए है

हवा भी थोड़ी ठंडक का एहसास दिला रही है
कोयल की कुहू कुहू कुन्ज कानो पर सुबह पड़ रही है

अब तो पुराने छाते और रैनकोट भी निकाले जायेंगे
चमड़े के जूतों को बाजु रखकर रबर के जुते पहनें जायेंगे

बच्चो की पाठशाला जल्द शुरू हो जाएँगी
नए किताबो की महक घर में चारोंऔर घूमेगी

थोड़ी बारिश होगी और इंद्रधनुष्य भी दिखेगा
झाड़ो की नयी पत्तिया एक नया जोश ले आएगा

दोस्तों के साथ गरम चाय और पकोड़े खाने का मजा आएगा
छोटीसी टपरी में बैठे पुरानी यादो का सिलसिला उभर आएगा

खेतो में किसानो को भी बारिश से खुशिया मिलेंगी
बैलो से हल खींचकर नए बिजे लगायी जाएँगी

कुछ महीनो बाद अछि हरीभरी फसल दिख जाएगी
हरे भरे खेत देहातो में देखकर दिल में खुशिया जागेगी

जोरो के बारिश से भी हम ज्यादा वक़्त घरमे गुजारेंगे
बारिश कब ख़त्म होती इसका इंतजार करते रहेंगे

बारिश भी आसमान से गिरनेवाली अमृतधारा है
इस अमृत से सारी धरती भी पवित्र होनेवाली है

बारिश का मौसम चलता रहेगा
किसानो का हौसला बढ़ता रहेगा

जय जवान और जय किसान का नारा लगाते रहो
हिन्दुस्थान के टुकड़े चाहने वालो को भगाते रहो

2. अब सपने है लोगोंके नए इमारते देखने के

पतझड़ होकर नए पत्ते भी झाडोपर आजाते है
पुरानी इमारते तोड़कर नए भी बन जाते है

हम पुरानी चीजों से लगाव तो रकते है
लेकिन मत भूलो हर चीज की भी एक आयु होती है

अब वक़्त है नयी इमारते बनाने का
पुरानी यादो को भूल जाने का

नए आशियाने अब हमारी मंजिल है
नए वक़्त के साथ आगे बढ़ने का इरादा है

साप भी अपनी काया छोड़कर चला जाता है
सूरज भी शाम होनेपर ढल जाता है

हमें हकीकत अब जल्दी समझनी होगी
पुरानी इमारते अब तोड़कर नयी बनानी होगी

सारे लोग तो यही नयापन सोच रहे है
पर भी कुछ मतलबी लोग क्यों विरोध कर रहे है

समय तेजी से निसटते भाग रहा है
जानबूझकर देरी करना ये साफ साफ गलत है

अब सपने है लोगोंके नए इमारते देखने के
ये कौन लोग है मजा ले रहे है जानबूझकर विरोध करके

3. बचपन के खेलो की यादे

हमारे बचपन के खेल होते थे कितने सस्ते
आज भी हम उन्हे बरसो बाद बहुत याद करते

गिल्ली डन्डा हो या सयिकल का चक्का फेका हुआ
कंचे हो या गुलेल सभी ने बहुत बडा आनन्द दिया

किसी का भी हो क्रिकेट का सामान या फुटबाल
टुटी हुई बैट हो या लगोरी या छुपाने का रुमाल

कुछ खेल का सामान अगर खरीदने जाते थे
तो सभी चव्वनि या अत्थनी का चंदा जमा करते थे

पेड़पर चढ़ने के खेल भी कितने मजेदार थे
इमली का पेड हो या जामुन का सभी मन को लुभाते थे

अगर गेन्द किसी कि शाम के अंधेरे मे घुम जाती थी
तो सारी टिम एक साथ मिलकर धुन्ड ने निकलती थी

अब तो वो पुराने खेल अक्सर नजर नही आते है
लेकिन पुराने खेल आज भी हमे बहुत याद आते है

बचपन के खेल हमारे बचपन कि अच्छी सुनहरी यादे है
अगर आज भी सब दोस्त मिल जाये तो सब खेलने तैयार है

लक्ष्मीधर वि. गावपांडे

4. बहुत मिल जाएंगे

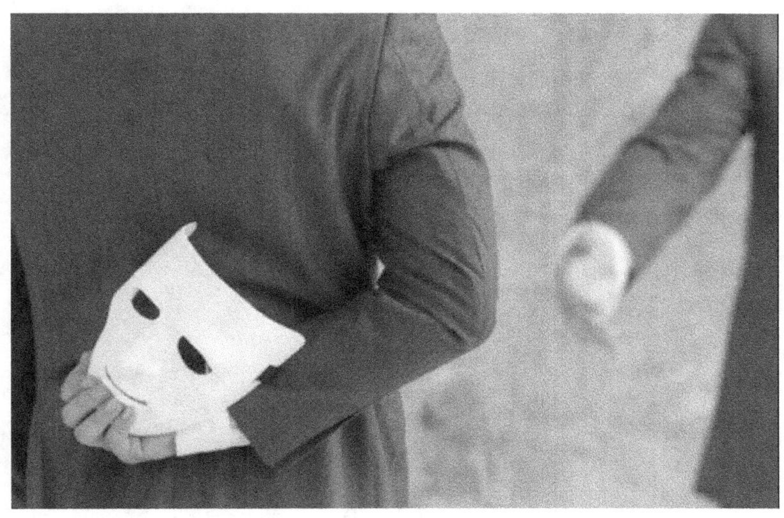

जरासी मुस्कुराहट चेहरे पर रखना
यहाँ रुलानेवाले बहुत मिल जाएंगे

जरासी सच्चाई दिल मे रखना
यहाँ झुट बोलनेवाले तो बहुत मिल जाएंगे

जरासी हिम्मत साथ रखना
यहाँ डरानेवाले तो बहुत मिल जाएंगे

जरासी पढाई तो जरुर करना
यहाँ सलाह देनेवाले बेवकुफ तो बहुत मिल जाएंगे

जरासी जेब खाली रखना
जेब काटनेवाले तो बहुत मिल जाएंगे

पेड़ो के नीचे रहने कि आदत रखना
यहाँ तो छप्पर तोड़नेवाले बहुत मिल जाएंगे

जरासी पेट भर के रखना
भुके रखनेवाले तो बहुत मिल जाएंगे

गैरोपर विश्वास मत रखना
यहाँ फसानेवाले बहुत मिल जाएंगे

झुटी तरिफो से दुर रहना
बिना काम से फोटो छपानेवाले बहुत मिल जाएंगे

मिठे बोलनेवाले से दुर रहना
पिठ मे खंजिर खुपसनेवाले बहुत मिल जाएंगे

अपने कामकाज मे सफाई रखना
भ्रष्टाचार करनेवाले तो बहुत मिल जाएंगे

भगवान पर भरोसा रखना
कठिनाई मे तो सगे भी तुझे भुल जाएंगे

अपने माता पिताओ को मत भुलना
उन्हे तो घर के बाहर फेकनेवाले बहुत मिल जाएंगे

मुक पशु और जानवरोंका खयाल रखना
उनकी कत्तल करनेवाले तो बहुत मिल जाएंगे

इन्सानो मे भगवान को देखना
पत्थरो कि पुजा करनेवाले तो बहुत मिल जाएंगे

5. बालिका दिन

आज २४ जनवरी का शुभ दिन है
दुनिया मे आज बालिका दिन है

हर घर कि शान है हमारी बेटीया
सारी जिम्मेदरिया समजती है बेटिया

लिखने पढ़ने मे सबसे आगे है बेटिया
खेल कुद मे चार चाँद लगाती है बेटिया

डॉक्टर भी है इन्जिनियर भी शिक्षक भी है बेटिया
हवाई जहाज हो या फायटर जहाज चलाती है बेटिया

लक्ष्मीधर वि. गावपांडे

पोलिस मे भी है और सेना मे भी है बेटिया
मंत्री या प्रधानमंत्री या राष्ट्रपति भी है बेटिया

घर भी सम्भालती है और दफ्तर भी सम्भालती है बेटिया
भाई हो या माता हो या पिता सभी का ख्याल रखती है बेटिया

चुनौति कोइ भी हो सभी को भी टक्कर देती है बेटिया
मुस्कुराकर आगे बढ़ती है जीवन मे हमारी प्यारी बेटिया

बेटियोंको इज्जत और प्रोत्साहन दे हम सब हर वक्त
मान सनमान और सुरक्षा दे उन्हे ये समाज सख्त

बेटी है तो हर घर जन्नत है
बेटी है तो सारा विश्व खुबसुरत है

देश के हर बेटी को अच्छि शिक्षा दिजिए
आज इस बालिका दिन पर वही कसम खायिये

6. बेटी बचाव बेटी पढ़ाव

रात खतम होकर सुबह होने को आ रही थी
दुरसे एक मुर्गे की आवाज कानोपार पड रही थी

धीरे धीरे सुरज की लाली का नजराना दिखायी दिया
सुरज ने पुर्व दिशा से अपना गोलाकार दर्शन दिया

ठण्डी हवा कि लहरे इधर उधर बह रही थी
फुलो कि अनोखी खुशबु महसुस हो रही थी

एक नन्नी चिडिया मेरे घर के खिड़्की मे आयी
अपनी आवाज निकालकर घुम रही थी

लक्ष्मीधर वि. गावपांडे

मै निन्द से जाग चुका था चिडिया का आवाज सुन रहा था
चिडिया के लिए खिड़की मे थोडा दाना पानी रख चुका था

चिडिया फिर लौटकर खुशिसे दाना खाने आयी थी
मुझसे कहाँ आओ मै तुम्हे सबसे खुबसूरत चिज दिखाती

मुझसे वह बडे उत्साह से एक पेडके पास ले गयी
उसके घोसले मे बैठी उसके नन्नी बेटिया को बुलायी

उसकी बेटी उसके लिए दुनिया मे सबसे खुबसूरत थी
यही हकिकत तो वह सारे दुनिया को दिखाना चाहती थी

यह दुर्भाग्य की बात है की आज भी बेटियोंकी हत्या क्यु हो रही
है
किसी की जनम होने से पहले तो किसी की जनम होते ही हत्या
हो रही है

हर बेटी सुन्दर है सज्जन है हुशार है समझदार है
नारी के इस ताकत को गलती से कम मत सोचना है

बेटिया भी बहुत पढ़कर दुनिया मे अब काफी अग्रेसर है
उनके हौसले बुलन्द किजिये देखो उनकी क्या ताकत है

बेटी बचाव बेटी पढ़ाव का नारा लगाते रहो
देश को दुनिया मे सबसे आगे भागते देखते रहो

7. भगवान कि सलाह

एक बार हम मन्दिर गए
दुर से भगवान दिखायी दिए

रास्ते मे पुजा साहित्य बेचनेवाले बहुत विक्रेता मिले
हर कोइ अलग अलग सामान लेकर हमारे पिछे चले

दर्शन के लिए बडी लम्बी कतार थी
जल्द दर्शन के लिए टिकट कि भिड थी

हम भगवान के पास धीरे धीरे पहुच गये
दान पेटी मे दक्षिणा दालने झुक गये

भगवान ने दक्षिणा लेने से इन्कार कर दिया
ये सब देखते मै बहुत अचम्बित हो गया

भगवान ने कहाँ ये पैसे से थोडा खाना खरिदे
बाहर जो भुके गरिब है उनका पेट भर दीजिये

मै हर इन्सान के भितर रहता हु
लोगोंके अच्छे बुरे कर्म देखता हु

यहाँ अच्छे और बुरे लोग भी आते है
नमन करके मुझे आशिर्वाद मांगते है

मै पैसो से खरिदा नही जा सकता हु
सभी का लेकिन रोज भला चाहता हु

सोचता हु बुरे लोग जल्द सिधे रास्ते पर चलेंगे
समाज मे सभी से अच्छा बर्ताव करने लगेंगे

चाहता हु लोग जीवित प्राणीमात्राओंकी रक्षा करेंगे
भगवान को इन्सान मे खोजकर धरती पर खुश रहेंगे

8. भगवानो ने जब धरती का दौरा किया

कई बरसो के बाद भगवानो ने धरती का दौरा किया
जंगलो के पेड़ो को साफ किया देखे दुःख जताया

नालो नदिया को ख़त्म देख कर आश्चर्य हुआ
मानव के स्वार्थ का उन्हें बहुत गुस्सा आया

समिंदर के किनारे कई होटल नजर आये
मानव के पैसो की लालच से वे नाराज हुए

कई जगह देवलो को टूटे हुए अवस्था में देखा
उनके घर तोड़ने वालो पर आँखों में गुस्सा दिखा

मंदिर और मस्जिद पर इंसानो में आपस में झग़डे देखे
अल्ला और ईश्वर एक ही है ये समज मानव में नहीं दिखे

गरीबो को लुटनेवाले बदमाश आमिर नजर आये
उनका स्वार्थ देखकर वे नहुत नाराज हुए

शिक्षा का पैसो से फैला हुआ बाजार देखा
जो गरीब है उसे अच्छी शिक्षा से वंचित देखा

रस्तो पर भूके और भिक मांगने वाले गरीब देखे
दूसरी और पैसो को उड़ाने वाले अमीर देखे

बूढ़े माँ बाप को घर से बाहर निकालनेवाले बुजुर्ग देखे
संस्कारो को खत्म करने वाले अमीर स्वार्थी बच्चे देखे

धरती का ये दुखी आलम वे सहन नहीं कर पाए
अपने भक्तो के झूठे नकाब वे देख नहीं पाए

वे फिर दुःख और परेशानी से धरती छोड़कर अपने स्वर्ग लौट
आये
मानव के लिए स्वर्ग के द्वार बंद करके केवल नरक के द्वार
खोलकर आये

९. भारत के आज़ादी के अमृत महोत्सव का जश्न

देशभक्तिका जोश भारत में चारो और नजर आया
बच्चो से लेकर बुजुर्गतक सबका सीना तानकर आया

देश का तिरंगा भारतभर आसमान में लहराया
देश भक्ति गीतों से सभी के दिलमे नया जोश आया

लाल किले से मोदीजी का भाषण स्फूर्ति दे गया
देश में बने तोफो का नजराना अभिमान ले आया

वायुसेना के लढाऊ विमानों ने आकाश को घेर लिया
तिरंगे के रंगो से सारा आसमान अद्भुत नजराना दे गया

विश्व में कई देशो ने भारत का अमृत महोत्सव जोरोसे मनाया
भारत के एक अनोखे पहचान को दुनिया ने दिलसे सलाम दिया

भारत की एक नयी बुलंद ताकद विश्व में दिखाई दी
कोविड में किये हुए भारत के मदत से नयी पहचान दी

देश के आज़ादी के लिए जिन्होंने दिया बलिदान गर्वसे
उन सबकी हर देशवासियोंको आयी याद सच्चे दिलसे

शाम हुयी और सूरज जब ढल गया
तिरंगे को बड़े सन्मानसे उतारा गया

ये देश अब सारे दुनिया में आगे बढ़कर छा जायेगा
देश के सैनिको का बलिदान सदियों तक याद रहेगा

10. चाँद और सितारोंका खेल

शाम का मासुम अंधेरा जब छाया
पश्चिम से खुबसूरत चाँद निकल आया

चाँद की कोमल किरने धीरे धीरे आसमान मे फैली
साथ मे चांद्निया चमक ने लगी लेके साथ अपनी सहेली

चाँद और चान्द्नियोंको मोहब्बत का खेल जारी रहा
चाँद शरमाके कयी दफा बादलोंके पिछे छुपता रहा

अचानक एक सितारा आसमान से टुटकर धरति कि और चल पडा
था
मेरे मासुम आँखो को वह नजराना बहुत पसन्द आया था

लक्ष्मीधर वि. गावपांडे

किसिने कहाँ अब मेरी खास्तियशे पुरी हो जायेगी
लेकिन मैने ने तो कुछ मन्नते बिल्कुल नही थी मांगी

चाँद और सितारोंका खेल चलता रहा
उन्हे देखकर मे रातभर जागता रहा

निंद का मुजपर कब हुआ कब्जा ये मै समझा नही
जब मेरी आँख खुली तो सुरज कि लाली नजर आयी

11. देश का जवान लड़ता रहेगा

देश का हर जवान सरहद पर हमेशा लड़ता रहेगा
आंधी हो या तूफान वह जिंदगीभर लड़ता रहेगा

मौत से जिसे नहीं डर वह है एक शुर जवान
कुरबानी के लिए जो है तैयार वह लड़ता रहेगा

बरसात हो गोली या तोफगोलोकि वह आगे बढ़ता रहेगा
जिस के खून में है मातृभूमि का सच्चा प्यार वह लड़ता रहेगा

भूक और प्यास की नहीं जिसे चिंता वह न थके चलते रहेगा
देश के लिए खून और पसीना मिलानेवाला वह आगे बढ़ता रहेगा

लक्ष्मीधर वि. गावपांडे

अपने बच्चे बीवी और माँ पिता से है उसे सदा प्यार
पर मातृभूमि का वह है कट्टर भक्त वह आगे बढ़ता रहेगा

जो करता है काम चौबीस घंटे देश के सुरक्षा लिए चलता रहेगा
खायेगा एक गोली लेकिन ख़त्म करेगा सौ दुश्मन वह आगे बढ़ता
रहेगा

अपने जान से ज्यादा प्यारा तिरंगा है उसे हमेशा दिल में
कफ़न तिरंगे में लपट जाये पर आखरी सास तक लड़ता रहेगा

चाँद और सूरज तो हर दिन निकलते दिखेंगे अम्बर में
शहीद होकर वह एक तारा आसमान में हमेशा चमकता रहेगा

मेरे देश के हर जवान को मेरा हमेशा बड़ा सलाम दिल से
देश के हर छोटे छोटे से गांव से आकर वह मातृभूमि के लिए
लड़ता रहेगा

12. गर्मी से हुए हम परेशान

इस धुप ने तो सबको बहुत परेशान कर दिया
गर्मी से तो सबका जीना बहुत हराम कर दिया

लोग सर पे टोपी और रुमाल बांध कर घूम रहे है
आँखों पर काला चश्मा पहने खुद को संभल रहे है

गन्ने के रस के ठेले चारो और नजर आ रहे है
नीबू शरबत और ठन्डे बर्फ के गोले खा रहे है

घर के बहार निकले तो साथ मे पानी की बोतल जरुरी है
पसीने ने से लोगो के सफ़ेद कपडे ही गीले गीले हो रहे है

लक्ष्मीधर वि. गावपांडे

बड़े बड़े बॉक्स कूलर खिड़कियों में घर के बाहर खड़े है
दिनभर पानी भरे कूलर थोड़ी ठण्ड की आहत दे रहे है

सफ़ेद प्याज और कच्चे आम की तो रोज खाने में जरुरी है
मटके के से निकाले हुए ठन्डे पानी की सख्त जरुरी है

अलग अलग नाम के आम बाजार में मिल रहे है
आम का रस खाने में थोड़ा मजा ला रहा है

शाम को आँगन में और छतो पर पानी की बौछार हो रही है
दिनभर की गर्मी को थोड़ा कम करने की राहत मिल रही है

कुए, नदिया और तालाब में लोग शौक से तैर रहे है
रात को छत पर ठंडी हवा में आराम से सो रहे है

पंछी बिचारे भी बिना पानी से तड़प रहे है
दिनभर बड़े बड़े पेड़ो पर छाव में डेरा डाले हुए है

अमीरो के महलो में एयर कंडीशनर चल रहे है
गरीब इंसान पाव में बिना चप्पल रास्ते पर घूम रहे है

अब जल्द ही बारिश होने की सब प्रार्थना कर रहे है
धरती भी बारिश के ठन्डे पानी से नाहने की इंतजार कर रही है

जल्द ही आसमान में काले बादल छायेंगे
इस कड़ी गर्मी को हम सभ विदा कर देंगे

13. गर्व से कहो हम भारतवासी है

मेरा महान भारत देश कुछ अनोखा है
हर काबिल इन्सान यहाँ उभर सकता है

हर नेक काम जिसमे सफाई है वह अच्छा हो सकता है
चाय बेचनेवाला इमानदार भी प्रधानमन्त्री हो सकता है

आदिवासी समाज भी बहुत उन्नति कर रहा है
एक आदिवासी महिला भी देश कि राष्ट्रपति बन सकती है

कई होनहार गरिब विद्यार्थी देश मे आगे बढ चुके है
छोटे गाव का एक गरिब विद्यार्थी भी मिसायिल संशोधक बन
सकता है

इस देश मे बढे होनहार बुद्धिमान लोगोंकी कमी नही है
रामानुजन जैसा लडका भी बडा गणिततद्न्य बन सकता है

दो वक्त की जिन्हे रोटि नही मिलि है
वह इस देश मे बढे लेखक और कवि बन चुके है

बडी स्पर्धाओमे दौडने के लिए जिन्हे जुते नही मिले है
वे देश का नाम रोशन करके सुवर्ण पदक जिते हुए है

नालन्दा और तकशिला जैसी विश्व विद्यालये हजारो बरसो
पहले इस देश मे थि
उस महान भारत देश मे डाल डाल पर सोनेकी चिडिया उड्ती थि

गर्व से कहो हम भारतवासी है किसी चिज कि यहाँ कमी नही थि
हजारो बरसो पहले अयोध्या हमारी रामजन्मभुमि थि

14. गाय की तस्करी तुरंत बंद कीजिये

गाय की तस्करी जल्द बंद कीजिये
ये सारे काम बड़े गलत है ये समझिये

गो माता हमारी पूज्य देवता है
हमारे धर्म का सन्मान करना अनिवार्य है

गाय एक बिचारी मूक जानवर है
ना किसीको कभी तकलीफ देती है

सारी जिंदगी वह आप को समर्पित करती है
दूध दही मक्खन गोबर गोमूत्र दान करती है

कृष्ण भगवान की अखंड पवित्रता उसमे है
तैतीस करोड़ देवताओंका उसमे निवास है

कृष्ण के बासुरी पर वृन्दावन महक उठता था
राधा और उसकी सहेली के साथ गाय का दर्शन होता था

दुःख हमें होता जब उसको पापी लोग काटते है
उसका मास और चमड़ा स्वार्थ के लिए चाहते है

पैर बांधके उसे एक गांव से दूसरे गांव चुराकर ले जाते है
एक मूक जानवर के साथ ऐसा बर्ताव हम बर्दाश नहीं करना
चाहते है

हमारे धर्म का सन्मान करना कदापि मत भूलना
उसे पालो तो चारो धाम के पुण्य को मत गमाना

हिन्दू या मुसलमान या सिख या क्रिश्चन सभी कहते
गाय के दूध और उससे बने दही मक्खन सारे चाहते

गो माता हमें हमारी माता जैसी पवित्र पुण्यवान देवता है
उसकी तस्करी तुरंत बंद करने में आपकी समझदारी है

15. गोकुलाष्टमी मथुरे की

जमे सारे दोस्त कृष्ण कन्हैया के मिलकर
टोली बनकर चल पड़े मथुरे की और

छुपकर बैठकर राह देख रही थी राधा
देखकर कृष्णको बड़ी खुश हुयी राधा

राधा ने पुकारा अपने सब साहिलोंको
कृष्ण को देखकर बड़ा आनंद हुआ सभीको

दूर खड़े थे मित्र सुदामा ठीक कपडे बिना
कृष्ण गए भागकर और गले मिले सुदामा

लक्ष्मीधर वि. गावपांडे

कृष्ण की टोली चल पड़ी घरोघर
तोड़के मटका खाया माखन पेटभर

देखकर कृष्ण को गोकुलवासी हुए खुश जब
नाचने लगे सभी छोटे बच्चे और बूढ़े तब

कन्हैया बजाये जब सुरेल बासुरी
राधा और सहेली नाच ने लगी सारी

जब बरसी स्वर्ग से जोरोसे अमृतधारा
भीगे सारे गोकुलवासी अमृतमय हुआ परिसर सारा

16. हे भारतमाते तुझे मेरा प्रणाम

नमन तुझे सदा मेरे महान मातृभूमि
तेरी कृपा से यहाँ कुछ नहीं कमी

तेरी रक्षा ही मेरे जीवन का कर्म है
तेरे कृपा से सुरक्षित यहाँ सारे धर्म है

हिमालय तेरे मस्तक पर शान से विराजमान है
हिन्द महासागर और बंगाल के सागर तेरे पैरो पर है

गंगा जैसी महान पवित्र नदी तेरी शान है
नर्मदा तापी गोदावरी कावेरी लोगो की प्यास बुझा रहे है

लक्ष्मीधर वि. गावपांडे

सुन्दर परबत कैसे मिलो तक फैले है
हरे भरे जंगल प्राणियोंकी जान है

हिरा पन्ना हिरोंकी खान कैसी चमक रही है
सोने और चांदी की भी यहाँ अलग शान है

सुन्दर पुराने पवित्र मंदिर तेरे आभूषण है
साधु और संतो के पवित्र मन्त्र हमारे प्राण है

सालभर के त्यौहार हमारा चैत्यन्य है
पवित्रता की सुगंध चारोंऔर फैली है

हमारे भारतवासी दुनिया में मशहूर विद्वान् है
हमारे सारे लाखो शिक्षक हमारे महान गुरु है

लहराता तिरंगा तेरी हमेशा की शान और स्फूर्ति है
तेरे सुरक्षा के लिए बलिदान हमारा सर्वोच्च अभिमान है

जब तक चाँद और सूरज इस विश्व में है
तेरा सौभाग्य सदियोंतक अबाधित है

हे भारतमाते तुझे मेरा जीवनभर सच्चा प्रणाम
हर भारतवासी कहता है जय कृष्ण जय श्रीराम

जय जवान और जय किसान का लगते रहे नारा दिलोमे
हमारे पवित्र मातृभूमि का अबाधित रहे स्वातंत्र्य विश्व में

17. इंसान ने कभी इंसानियत नहीं छोड़ना

पुराने झाड़ की पत्तिया गिर रही है
पुरानी डालिया बहुत झुक रहीं है

फूल भी यहाँ अब नहीं खिलते
फल भी यहाँ अब नहीं उगते

अच्छी तितलियाँ भी यहाँ नहीं खेलती
पंछियो की भी अब यहाँ शाला नहीं दिखती

लक्ष्मीधर वि. गांवपांडे

बेकार कमजोर पेड़ को अब लोग तोडना चाहते है
उसकी लकडिया बाजार में पैसो के लिए बेचना चाहते है

यही पेड़ की छाव के लिए लोग तरसते थे
वो पुरानी यादे अब लोग ख्याल नहीं करते

एक दिन ये पेड़ बिचारा टूट जायेगा
पेड़ का दर्द कोई नहीं समझ पायेगा

यही इस संसार की सत्य कटुता है
जब तक आप से फायदा है तब तक आप की जरुरत है

बूढ़े माँ बाप के भी यही बुरे हाल है
बूढ़े होनेपर किसीको उनका ख़याल नहीं है

उन्हें भी बच्चे एक दिन वृद्धाश्रम में भेजेंगे
उनके दिलोकि धड़कन कभी नहीं समझेंगे

उसी माँ ने आप को पाला था
उसी पिता ने आपको संभाला था

आप को अब उनकी जरुरत नहीं है
कल यही वक़्त तुमपर भी आएगा इस पर कोई शक नहीं है

बूढ़े पेड़ या जानवर या माँ पिता को मत भूलना
इंसान ने कभी अपनी इंसानियत नहीं छोड़ना

18. देश का तिरंगा विश्व में ऊपर लहराया करो

ये दंगे ये पत्थर कब तक फेंकोगे
आज़ादी का कर्ज कब चुकाओगे

जो शहीद हुए उन्हें स्मरण करो
उनका बहता खून जरा याद करो

शांति से रहोगे तो खुश रहोगे
दंगे करोगे तो अपना मुँह काला करोगे

सरकार तुम्हे मदत कर रही है जरा सोचना
उनका थोड़ासा तो शुक्रिया आप अदा करना

लक्ष्मीधर वि. गावपांडे

रेलगाड़िया बसेस पुलिस थाने जला कर क्या पाओगे
लोगोके के मेहनत से कमाया हुआ पैसा क्यों बर्बाद करोगे

देश दुनिया में अव्वल बनते जा रहा है
देश के शत्रुओंको ये बर्दाश नहीं हो रहा है

अच्छे कदम सरकार उठा रही है
देश के लोगोंको कौन भड़का रहा है

मंदिर मस्जिद चर्च का सन्मान करो
देश के लिए कुछ अच्छा योगदान करो

एक वक़्त था जब सोने की चिड़िया इस देश में उड़ान भरती थी
तकशिला और नालंदा में दुनिया की सबसे अच्छी शिक्षा मिलती
थी

ये भारत देश है शुर और विद्वानोंका जरा याद करो
इस देश का तिरंगा विश्व में सबसे ऊपर लहराया करो

19. इतनी क्या जल्दी है

फास्ट फुड का ये जमाना कुछ अजिब है
हर चिज कि जल्दी है और वक्त कि कमि है

नन्हे बच्चे भी अब छोटे ऊम्र मे पाठशाला जाते है
उनके मा बाप लेकिन उनका बचपना मार डालते है

पैदल पाठशाला मे जाने कि आदत नही है
सायिकल या वाहनो कि नितान्त जरुरत है

खेल कुद से शरीर कमाने कि आदत नही है
हर कोइ जिम जाकर पसिना बहाना चाहता है

लक्ष्मीधर वि. गावपांडे

पुराने किताबो से पढ़ने के दिन तो अब खत्म हो गये है
डिजिटल किताबे या ऑनलायिन शिक्षा कि जरुरत है

६० साल कि ऊम्र तक नोकरी करने के वो पुराने दिन अब समाप्त
हो चुके है
४० साल कि ऊम्र तक खुबसारा पैसा कमाके रिटायर होने दिन आ
चुके है

हर चिज कि सभी को इतनी क्या जल्दी है
अपने स्वास्थ्य को बिघाडने कि क्या जरुरत है

धीरे धीरे अद्रक कि गरम चाय पिने कि मजा कुछ और है
जिंदगी का मजा लुटते लुटते मंजिले हासिल करने कि जरुरत है

20. जिंदगी एक बहती सरिता

जिंदगी एक बहती सरिता है
मंजिल तय करने की दुरी लम्बी है

कभी बहने के सीधे रास्ते मिलेंगे
तो कभी कठिन तेढे रास्ते दिखेंगे

कोई किनारे अच्छे खुशियोंसे भरे होंगे
तो कोई किनारे दुखी और नाखुश मिलेंगे

हताश होने की कोई जरुरत नहीं
कभी हार मानने की चिंता नहीं

लक्ष्मीधर वि. गांवपांडे

कभी अच्छी रंगीन मछलिया साथ होगी
तो कभी भयानक साप और शार्क की साथ होंगी

कभी आएंगे खतरनाक तूफान जिंदगी तोड़नेवाले
कभी अच्छी धुप और कभी बारिश की साथ मिले

कभी आसानी से जमीन पर दौड़ोगे
तो कभी बड़े पर्बतो से निचे गिरोगे

मंजिल तक पहुंचना जरुरी है
जिंदगी से हार मानने की जरुरत नहीं है

सभी नदिया सागर में ही मिलती है
सबकी जिंदगी एक दिन थम जाती है

इस सफर का आनंद लेते रहो
जो अच्छा कर्म है वो करते रहो

21. कलाकार ईश्वर याद आता है

शाम अब ढल रही है
अँधेरा अब छा रहा है

सूरज अब डुब चूका है
पंछी भी घर लौट रहे है

आसमान में अनोखी लाली फैली हुयी है
मानो किसी चित्रकार ने रंग फैलाये है

लक्ष्मीधर वि. गावपांडे

एक ढंडी सी हवा की झलक आती है
साथ फूलो की खुशबु और महक लाती है

चन्द्रमा अपना चेहरा धीरे धीरे दिखा रहा है
चांदनी भी शरमा के उसे चुप के से देख रही है

पूरा चन्द्रमा का गोला तेजी से अब चमक रहा है
किसी हसीं चेहरे पर मुस्कराहट दिख रही है

पवित्र मंदिरो में घंटिया बज रही है
भगवान की आरतिया कानो पर पड़ रही है

समिंदर में पानी की लहरे खुसी से ऊपर निचे नाच रही है
पानी में दीखता हुआ चन्द्रमा का प्रतिबिम्ब अनोखा है

कुदरत का यह करिश्मा रोज नजर आता है
इन सब का कलाकार ईश्वर सभी को याद आता है

22. खेलो होली धुम धामसे

होली आयी रे होली झुमके
सात रंग उड़कर फैलेंगे जोरोके

रंग से भरी है तुम्हारी पिचकारिया
भिगे है सारे लोग रंगी है गलिया

नाच रहे है खुशिसे सारे रंग से भिगे हुये
बच्चे लड़के लड़किया बुजुर्ग सभी साथ आये

लक्ष्मीधर वि. गावपांडे

गुलाल से तो रंग गये है सबके चेहरे
रंग उडा रहे है लाल पिले काले हरे

दुश्मनी भी पुरानी भुल चुके है
दोस्त फिर बन के मैफिल सजी है

चेहरे भी सभीके रंग से बदल गये है
सफेद कपड़े भी रंगिले हो गये है

घुस्सा दुश्मनी बुरायी को जला दो
अपने दिल को एकबार साफ करा दो

खेलो होली तुम सब धुम धामसे
भिग जाओ गुलाल और रंगो से

23. किसी देश के प्रधानमंत्री को धमकाना गलत है

मोदीजी को मार डालो कहनेवाले कान खोलकर सुन लो
किसी देश के प्रधानमंत्री को इस तरह धमकाना भूलो

मोदीजी ने हजारो अच्छे काम किये है
देश के सारे लोग ये पूरा जानते है

गलत काम करनेवाले समाज में डर रहे है
कालाबाज़ार करनेवाले हतबल हो गए है

दुनिया में देश का नाम उन्होंने बड़ा रोशन किया है
विश्व में एक मजबूत प्रगतील देश हमारा बन चूका है

लक्ष्मीधर वि. गावपांडे

विज्ञानं और तंत्रद्यान में उन्होंने प्रोत्साहन दिया है
आंतराष्ट्रीय खेलो में भी देश ने अच्छा प्रदर्शन किया है

एक सच्चे होनहार मजबूत आदमी पर लोग जलते है
हाथी चले बाजार कुत्ते भूके हजार ये सब जानते है

पाकिस्तान हो या चीन के खिलाफ सख्त कदम उठाये है
सेना में नए हत्यार तोफे मिसाइल हवाई जहाज को शामिल
किया है

नयी रेलगाड़िया नयी मेट्रो नए अच्छे रास्ते बनाये है
देश के कोने कोने में शहरोने अच्छी सुविधा दे रहे है

हमारा देश तेजी से प्रगति के पथ पर चल रहा है
मोदीजी के अच्छे नेतृत्व के एक अच्छी निशानी है

फिर भी मोदीजी को मारने की भाषा क्यों ये देशद्रोही करते है
तक़दीर अच्छी समझो देशवासियोंकी की हमें मोदीजी के रूप में
भगवान मिले है

24. किताबो का मनोगत

रास्ते मे किताबो के ग्रंथालय पर नजर पड़ी थी
पुरानी पत्थर से बनी एक बडी इमारत नजर आयी थी

प्रवेशद्वार के नजदिक कोइ नही दिखायी दिया
मैने आवाज देकर अंदर आने का ऐलान किया

एक बुढा सरकारी इन्सान धीरे से बाहर आया
मेरा प्रेम से स्वागत करते मुझे अंदर ले गया

लकडी के अलमारह मे हजारो किताबे सोयी थी
मुझे देखकर कुछ किताबे अब जाग चुकी थी

लक्ष्मीधर वि. गावपांडे

किताबो ने मुझे कहाँ अब लोग हमे भुल गये है
अब ऑनलायिन के जमाने मे हमारी साथ छोड गये है

हमारे पिछे वृक्ष और विद्वानो का बडा त्याग है
कागज वृक्ष से और हमपर कलम विद्वानो से चली है

अब तो साल मे एक बार हमे साफ किया जाता है
सालभर की जमी हुई मट्टी पर कपडा चलाया जाता है

इन सब हकिकत से हम सरे सारे काफी दुखी है
जहाँ सरस्वति का वास्तव्य है वहा अब बडा सन्नाटा है

कुछ किताबे पढ़ने को लेकर मे चल पडा था
जहाँ सरस्वति का देवालय है उस ग्रंथालय मे नित्य जाने का वादा
कर चुका था

अब मे अक्सर ग्रंथालय में किताबे पढ़ने जाता हु
किताबो के रुप मे सरस्वति का दर्शन लेता हु

आप भी ग्रंथालय हमेशा जाया करो
विद्वानो के मेहनत का सन्मान रखा करो

25. कोई दूसरा साहिर न बनेगा

कल भी हम तेरे गीत सुनते थे धुन के साथ साहिर

आज भी हम तेरे गीत सुनते है मतलब के साथ साहिर

तेरी कलम भी क्या अनोखी थी जादूभरी

कलेजे से आज भी काटे निकलते है साहिर

तेरे शब्द तेरे और सारे दुनिया की सच्ची हकीकत है

जो दर्द गरीब इंसान इस दुनिआ में बर्दाश्त करता है साहिर

तेरे हिम्मत की मै क्या तारीफ करू

घंजर से तीखे शब्द तेरे सच्चाई बताते है साहिर

लक्ष्मीधर वि. गोवपांडे

जो बुरा वक़्त तूने गुजारा वो भी एक जहर था पिते पिते
जहर पीके भी तू जो बड़ा शायर हुआ ये आसान नहीं साहिर

बुरे हालत में तेरी माँ तेरा एक बड़ा सहारा था
तेरा अपने माँ पर का प्यार तेरी बड़ी इंसानियत थी साहिर

तेरे जैसा शायद कोई दूसरा शायर या कवी बनेगा
तुही शेर शायरी ग़ज़ल के दुनिया का शहनशा रहेगा साहिर

युहीं शेर और शायरी के चमन में तो खिलेंगे फूल हजारो कई
तेरे जैसा शायर इस दूनिया और कोई दूसरा न बनेगा साहिर

26. महिला दिन की बहुत बहुत शुभकामनाये

आज विश्व में महिला दिवस मनाया जा रहा है
चारो और नारियोंका सन्मान किया जा रहा है

ये सन्मान केवल आज के दिन ही सिमित मत रखना
बेटी बहन बहु माँ सास सारोंका हमेशा आदर रखना

आयो हम शपथ ले महिलांको सुरक्षा देने की सदा
सारी दुनिया चलती है नारी के मेहनत से सदा

घर सँभालते हुए भी उन्होंने कई मुकाम हासिल किये
पुरुषो से भी आगे बढ़कर सारी जगह अपने किरदार निभाए

लक्ष्मीधर वि. गावपांडे　　　　

अपनी कोमलता के साथ साथ कठोरता भी दिखाई
सारी उम्र अपने परिवार के लिए अपनी मेहनत जताई

वक़्त आने पर लक्ष्मी सरस्वती दुर्गा और पार्वती बन गयी
दुनिया का सारा बोझ उठाकर सच्ची देवी बन गयी

आओ हम सब करते है प्रणाम सारी महिलाओंको
अपने हाथ जुटाते है मजबूत करने उनके जीवन के प्रवाह को

सारे महिलाओंको महिला दिन की बहुत बहुत शुभकामनाये
उन्हें हमेशा अच्छी सेहद, सुरक्षा और लम्बी आयु मिलने की
दुवाये

27. मै हु देश का सेवक

मेरा धन है देश के नागरिक
मेरी दौलत है उनका प्यार

मेरी शौरत उनके चेहरे की ख़ुशी
मेरा समाधान है हर गरीब की दो वक़्त की रोटी और कपडा

मेरा सुख है हर गरीब की शिक्षा
मेरी चाहत है हर गरीब का खुदका मकान

मेरे हिरे है इस देश के वैज्ञानिक
मेरा कर्तव्य है हर नारी की सुरक्षा और सन्मान

लक्ष्मीधर वि. गावपांडे

मेरी जिम्मेदारी है सभी का अच्छे स्वास्थय का होना
मेरा लक्ष्य है देश की आर्थिक उन्नति

मेरा स्वाभिमान है मेरे देश की सेना
मेरी प्राथमिकता है देश की सुरक्षा

मेरा सौभाग्य है गंगा जमुना सरस्वती हिमालय की चोटिया
मुझे गर्व है मेरे तिरंगे पर

मेरा नमन है मेरे भारतभूमि से
मै पंतप्रधान हु लेकिन प्रथम एक सामान्य नागरिक हु

मै हु नरेंद्र दामोदरदास मोदी आपका सेवक हु
मै देश के कण कण में रामकृष्ण देखता हु

28. मानवता को संदेश

गर्मी तेजी से बढ रही है
पेड़ो के पत्ते झड रहे है

पन्छी तीव्र धुप से तरस रहे है
ठण्डी जगह कि तलाश कर रहे है

पिछ्ले साल एक चिडिया मेरे घर आयी
खिड्की मे घोसला बनाने लग गयी

साथ अपने नन्ही बच्ची को ले आयी
शुरु मे थोडी शर्मायी और घबरायी

मैने पिने का पानी रख दिया
थोडा दाना पानी के साथ रख दिया

मुझे कहने लगी बारिश शुरु होते ही चले जायेंगे
अब थोड़े कुछ दिन आप के साथ रह जायेंगे

मैने कहाँ मुझे कुछ शिकायत नही मत जाना मुझे छोड के
आप कि साथ मिलि तो खुश रहूँगा आपको रोज देख के

कुछ दिनो बाद बारिश का मौसम आ गया
चिडिया ने पेड पर नया घोसला बना दिया

एक दिन सुबह वह चली गयी
नन्ही को भी अपने साथ ले गयी

मुझे एक दिन आकर कहाँ रोते रोते
हम पन्छी कभी अतिक्रमण नही करते

मानव को एक सरल सच्चा संदेश दे गयी
निसर्ग का नियम सिखाकर चले गयी

कभी कभी मुझे मिलने आति है
मेरा खयाल पुछकर चले जाती है

इन्सान तो मतलब पुरा होते ही सब को भुल जाते है
आजकल अपने भाई बहन माता पिता को भुल जाते है

असली खुशी तो निसर्ग मे हि छुपी है
वरना किसी को आज दुसरे कि पड़ी है

एक दिन मानव जाति भ्रष्ट हो जायेगी
रिश्तो कि नामोनिशानी नष्ट हो जायेगी

ये मानव जरा अपनी आँख खोल दे
अच्छे मानवता कि खोज शुरु कर दे

29. मुझे गर्व है कि मै हिन्दु हुँ

मुझे गर्व है कि मै हिन्दु हुँ
सत्य अहिंसा सदाचार और सहकार का आचरण करता हुँ

मेरा धर्म सनातन धर्म है
एक अच्छी विचारधारा हि मेरा धर्म है

सभी धर्मो का करता हु मै सम्मान
सभी के साथ शान्ति से रहना ये है मेरा काम

सारा विश्व मेरा एक परिवार है
कोई मानव या पशु भुका या प्यासा न रहे ये मेरे दिल कि धड्कन
है

जानवरो वृक्ष नदि और पहाड़ो का करता हु मै रक्षण
श्रद्धा और भक्तिसे करता हु सारे देवी और देवताओंका पुजन

गंगा नदि का पानी मेरे लिए पवित्र है
गंगास्नान के बिना मेरा जीवन अधुरा है

भायिचारा और प्रेम मेरे जीवन के आदर्श है
सभी का रक्षण और सम्मान मेरा कर्तव्य है

नारियोंका सम्मान और रक्षा मेरी प्राथमिकता है
सभी धर्म स्थलो की सुरक्षा करना मेरी चाहत है

चांद और सुरज की पुजा मै करता हु
उन्ही कि रोशनी और उर्जा पर श्रुष्टि को चलते देखता हु

मेरी जन्मभूमि मुझे सबसे महान है
मेरे खुन के हर बुन्द मे रामकृष्ण नाम है

30. नदी का किनारा खुशियोंका

नदी के किनारे मै अकेला बैठा हुँ
कुछ कविता लिखना चाहता हुँ

सुरज दुर पहाड़ो के पिछे डुब रहा है
आकाश मे फैली किरने चमक रही है

सुरज का प्रतिबिम्ब पानी मे है
दुर कई छोटी कश्तिया घुम रही है

पन्छी कतार मे अपने अपने घर लौट रहे है
लोग अपने कश्तियो से मच्छिया निकाल रहे है

धीरे धीरे चारो और अंधेरा छा रहा है
चाँद कि किरने आसमान मे फैल रही है

नजदिक के गाव मे लोग अपने छोटे घरो मे दिए जला रहे है
बहती नदी के पानी के मधुर सप्त सुर कानो पर पड रहे है

ठण्डी हवा दौड रही है साथ फुलो कि खुशबु आ रही है
मेरे कलम से मेरे कविता के शब्द कागज पर उतर रहे है

कल सुबह कमल के अच्छे फुल नजर आयेंगे
आसमान मे सुबह मुझे फिर वही परिंदे दिखायी देंगे

ये कुदरत का बेहतरिन नजराना मै रोज देखता हुँ
गाव के सरल गरिब इन्सानो को रोज खुश देखता हुँ

31. नरेंद्र मोदीजी को मेरा प्रणाम

न - किसी देश के शत्रु से डरनेवाला मै मोदी हु

रे - गिस्तान में न भटकनेवाला मै मोदी हु

द्र - व्य से लोभित न होनेवाला मै मोदी हु

मो - ल हर देशवासियोंका जाननेवाला मै मोदी हु

दी - पक मेरे देश के प्रगति का हमेशा ज्वलित रखनेवाला मै मोदी हु

जी - वन के पथ पर सही रास्ते पर चलनेवाला मै मोदी हु

को - ई मेरी करे निंदा पर भी देश का हमेशा हित देखनेवाला मै
मोदी हु

मे - हनत से देश को आगे बढ़ानेवाला मै मोदी हु
रा - त और दिन देश का भला सोचनेवाला मै मोदी हु

प्रणाम - भारत माता को जिसके हर कण कण मे राम कृष्ण
देखनेवाला मै मोदी हु

32. पाठशाला की यादे

पाठशाला की जब आज बात निकली
तो बचपन की यादे मन के भीतर से बाहर निकली

पाठशाला की इमारते पुरानी थी
लेकिन रोज पाठशाला जाने में रूचि थी

बचपन के दोस्त जिंदगी का अहम् हिस्सा थे
उन्हें रोज मिलने को हमारे दिल तड़पते थे

शिक्षक कुछ प्यारे तो कुछ डाटने वाले थे
पर भी दिल से सब अच्छे ख्याल देने वाले थे

पाठशाला का मैदान बड़ा न्यारा था
दिन के छुट्टी में आराम से खेल कूद का साधन था

पाठशाला का प्रारंभ रोज प्रार्थना से होता था
मंच पर शिक्षक और निचे मैदान में विद्यार्थी का खड़ा होना था

मैदान के समीप सागवान का जंगल था
चारोओर हरियाली का अच्छा नजराना था

शाम को मैदान में खिलाडी अच्छे खेल खेला करते थे
कभी खोको कभी वॉलीबॉल कभी मलखाम्ब नजर आते थे

वार्षिक दिन की मजा कुछ और थी दृश्य भी अनोखे थे
समूहगान और अतिथि के अच्छे भाषण हुआ करते थे

आज भी मन करता है फिर पाठशाला ख़ुशी से लौटने का
दोस्त और शिक्षकोंसे मिलकर बचपन को याद करने का

लक्ष्मीधर वि. गावपांडे

33. सच्ची आजादी

रास्ते के चारो और गरीब देश के झंडे बेच रहे थे
बड़ी होनहार से देख कर मेरे और दौड़ रहे थे

उनका जोश देखकर मैंने भी कुछ झंडे और बिल्ले खरीद लिये
उनके चेहरे पर ख़ुशी की लहर देखकर मेरे हौसले बुलंद हुये

देश के लिए यह भी उनका एक तरह का बड़ा योगदान है
दिनभर भूके रहकर शाम के वक़्त लोगो की राह देख रहे है

थोड़ी चीजे आप भी उनसे प्यार से ख़रीद लेना
बिना भाव किये आप भी उन्हें खुशीसे पैसे दे देना

स्वातंत्र्य दिन के बाद फिर ये बिचारे भूके रहेंगे
कोई दूसरी चीजे बेचने के लिए तैयार हो जायेंगे

रोजाना पेट भरनेवालोंकी यह एक दर्दभरी कहानी है
पच्यातर साल आज़ादी मिलने के बाद भी यह दुर्भाग्य है

कोई अमीर लोग इन्हे चीजे बेचने के लिए उधार देते है
हर एक पैसा मेहनत के बावजूद इन गरिबोसे छीन लेते है

क्या करेंगे यह गरीब इन के पास कोई चारा नहीं
आज की सोचकर जिनेवाले कल का सोचते नहीं

इनकम टैक्स का पैसा इनके भले के लिए लगाना चाहिए
राजकीय पार्टिया वोटो के लिए देश का पैसा खर्चा करना बंद
कीजिये

देश में जब हर कोई गरीब शिक्षा ले पायेगा और भूखा न रहेगा
तब ही हर भारतीय सच्चे रूप से खुशियों के साथ आजादी मना
पायेगा

34. शिवाजी महाराज को नमन

शिवाजी महाराज विश्व के बेहतारिन राजा थे
बडे चतुर और बहुत दिमाखदार सेनानी थे

अपने प्रजा के प्रति उन्हे बडा आदर था
अपने सेना पर उनका बडा विश्वास था

सत्य और सरल रास्तेपर वे हमेशा चलते रहे
सभी जाति के लोगो को साथ लेकर आगे बढ़ते रहे

अपने छोटे सेना से कभी हिम्मत न हारी
बडे बडे मुघल सेना पर हमेशा पडे भारी

उनकी दुरदृष्टि बडी अनोखी थी
हर जंग की व्यूहरचना अनाकलनिय थी

हर नारी को उन्होने बडा सन्मान दिया
हर जाति को हमेशा समान न्याय दिया

आधुनिक नौदल की भी उन्होने कि थी स्थापना
जमिन और समिंदर मे बनाया तगडा जोर अपना

एक मशहुर योद्धा और एक आदरणीय राजा थे
केवल भारत मे नही दुनिया मे सबसे बेहत्तर राजा थे

ऐसा राजा शायद अब कभी नही दुबारा पैदा होगा
उसका नाम युगो युगो तक दुनिया मे याद रहेगा

लक्ष्मीधर वि. गावपांडे

35. ठण्ड का मौसम सुहाना है

सुबह इस मौसम में ठण्ड महसूस हो रही है
गरम चाय का प्याला लेकर जनता अख़बार पढ़ रही है

सूरज की कोमल सोने जैसी किरण खिड़की से झाक रही है
हवा की एक अचानक आयी ठंडी लहर कानो में भीड़ रही है

झाड़ के हरेभरे पत्ते किरणोंसे चमक रहे है
हवा के झोके के साथ डालिया भी डोल रही है

कही दूरसे कोयल की मधुर गूंज कानोंपर पड़ रही है
हरे तोते और रंगीले पंछी डालियोंपर ख़ुशी से झोके ले रहे है

अचानक हरी काली पिली तितलियाँ आँखों के सामने दिख रही है
एक फूल से दूसरे फूलपर बड़ी खुशीसे से टहल रही है

सन्त्रे जाम मोसम्बी सीताफलों का अच्छा मौसम है
अदरक से बनी गरम गरम चाय दिल खुश कर रही है

शाम को गरम कपडे पहनकर लोग इधरउधर घूम रहे है
हात में गरम मोज़े और सर पर गरम टोपिया दिख रही है

गरम गरम खाना खाने की लोग अपने घरोमे मजा ले रहे है
खाने के बाद लकडिया जलाकर हात पैर सेक रहे है

रखवालदार सिटी बजाकर देखभाल कर रहा है
ठण्ड से बिचारे कुत्ते भी जोरोसे भूक रहे है

रात को सोने के वक़्त कम्बल की जरुरत महसूस हो रही है
सुबह उठके लम्बी दुराई चलकर आने के इच्छा हो रही है

ठण्ड का ये मौसम बड़ा सुहाना है
सुबह उठकर धुप में बैठे रहने का इंतजार है

36. तितली से दिल खुश हुआ

रंगीन तितली के हलचल से दिल खुश हुआ
मिटते फूलो को भी फूलते देखकर दिल खुश हुआ

भूक से तड़पने वाले बच्चे भी दौड़ रहे थे
तितली के साथ उनकी ख़ुशी देखकर मै खुश हुआ

भागते दौड़ते बच्चे भी थक गए थे
तितली भी रखकर उनका साथ देते देखकर मै खुश हुआ

हवाको के लहरोंसे फूल भी नाच रहे थे
तितली के साथ हसकर खेलते देखकर मै खुश हुआ

तितली भी थक कर फूलो का मधुर रस पी रही थी
बच्चो को साथ लेकर फिर घूमते देखकर मै खुश हुआ

शाम होकर सूरज भी पहाड़ो के पीछे ढल रहा था
बच्चे भी तितली को विदा कर फिर सुबह मिलने के वादों से मै
खुश हुआ

बच्चे घर लौटकर बिना खाये भूके सो गए थे
तितली के यादो से उनका पेट भरा हुआ देखकर मै खुश हुआ

तितली ने सुबह उन्हें मीठे फलो के पेड़ो के करीब पहुंचाया
बच्चे पेटभर मीठे फल खाते हुये देखकर मै खुश हुआ

लक्ष्मीधर वि. गावपांडे

37. वर्दी जब मैने पहनी थी

वर्दी जब मैने देश के लिये पहनी थी
कसम मातृभूमि कि हमेशा खाई थी

देश मे मौज से जिना तो हर कोई चाहता है
मातृभूमि के लिए हर सिपाई मरना चाहता है

हमे न लालच किसी चिज कि है
देश का हर इन्च का टुकडा बचाने कि है

देशवासि सहिसलामत रहे ये धेय है हमारा
धरती पर हमेशा ऊँचा लहराये तिरंगा हमारा

हमारे बलिदानो पर भी कुछ लोग सवाल क्यु उठाते है
आखरी दम तक देश के लिए हि हम जिने कि कसम खाते है

राजनीति मे हमे नही कुछ रुचि है
सिपाई का धर्म केवल देश के लिए लड़ना है

गोली चाहे सरपर या तनपर चल जाये हम न पिछे हट जाएंगे
भारत माता के पुत्र है कुर्बानी देकर उसी के गोद मे सो जाएंगे

वर्दी जब मैने देश के लिये पहनी थी
मौत से कभी न डरने कि कसम हमने खाई थी

तिरंगे मे लपट जाएगा कफन एक दिन मेरा
भारत भुमि का हर सिपाई कहेगा ऊँचा रहे तिरंगा हमारा

काश्मिर सिक्किम लेह लड़ाख या गलवान है
देश के हर टुकडे मे सिपाई के प्राण है

हमे किसी से कुछ नही चाहिए
हमारे बलिदानोपर सवाल मत उठाइए